Conversational Tamil

K. Karunakaran

The University of Michigan
Centers for South and Southeast Asian Studies

Library of Congress Catalog Card Number: 00-110569

ISBN: 0-89148-082-X

Printed in the United States of America

CONTENTS

	Foreword	v
	Acknowledgements	vi
	Spoken Tamil: Sounds	vii
1.	Introduction	1
2.	Conversations: In Written and Spoken Tamil	6
3.	Conversations: English Translations	86
4.	Vocabulary List: Tamil-English	125
	List of References	156

FOREWORD

I am delighted to present Professor K. Karunakaran's latest book, *Conversational Tamil*, to students and scholars of Tamil. Professor Karunakaran, in the midst of his heavy administrative duties, including those of a university vice-chancellor, has maintained a remarkably productive record of scholarly publications in the field of Tamil linguistics and pedagogy. His previous books, *A Descriptive Grammar of the Kollimalai Dialect* (1971), *Social Dialects in Tamil* (1978), *Sociolinguistic Patterns of Language Use in Tamil* (1982), and his recent *Simplified Grammar of Tamil* (2000), show his continued interest in the area of Tamil linguistics and grammar. His *Conversational Tamil* is a work that has been produced at the University in conjunction with his appointment to teach Tamil for the past few years. During these few short years Professor Karunakaran has helped our Tamil program to flourish more than ever before, and therein lies his success as a dedicated teacher. With his innovative teaching methods, the number of Tamil students has almost doubled. I am confident that this book will be received enthusiastically by students and teachers of Tamil everywhere.

MADHAV M. DESHPANDE
Professor of Sanskrit and Linguistics
University of Michigan

ACKNOWLEDGEMENTS

I am indeed fortunate to have had the guidance, help, and encouragement of the Department of Asian Languages and Cultures as well as the Center for South Asian Studies of the University of Michigan in the preparation of this book. I would like to express my appreciation to Prof. Donald Lopez, chair of ALC and Prof. Sumathi Ramaswamy, interim director of CSAS. I am especially grateful to Prof. Madhav Deshpande for his valuable suggestions for improving the presentation of materials as well as for his foreword to the book.

Thanks are also due to Dr. Bonnie Brereton, managing editor of the publications program of the Centers for South and Southeast Asian Studies; Cindy Middleton, CSAS administrator; and Lisa Wolf, ALC administrator, for their constant encouragement and support of my academic and research activities.

Mr. R. Raja, chairperson of the Tamil Task Force, Ann Arbor, was kind enough to go through the entire manuscript of this book and offer his suggestions and comments for its improvement and presentation. I am deeply indebted to him for his invaluable guidance and help. My good friend and colleague, Prof. R. Balakrishnan of the CAS in Linguistics, Annamalai University (Tamilnadu, India) offered his suggestions to see the book through the press. I am very grateful to him for his voluntary and timely help.

I would also like to express my thanks to CSAS for including this work in its publication series and bringing it out in its present form for the benefit of its users. I am optimistic that it will meet the needs of second language learners of Tamil in the United States and elsewhere.

Finally, I wish to thank the owner of Sabanayagam Printers, Chidambaram, Tamilnadu, for the layout of this book.

Ann Arbor, Michigan, U.S.A. **K. KARUNAKARAN**

SPOKEN TAMIL: SOUNDS

1. VOWELS:

a	a:	i	i:	u & ɨ	u:	e	e:	ai
அ	ஆ	இ	ஈ	உ	ஊ	எ	ஏ	ஐ
o	o:	au						
ஒ	ஓ	ஔ						

2. CONSONANTS:

k	g	h	/க்/
c	j	s	/ச்/
ṭ	ḍ	ṛ	/ட்/
t	d	δ	/த்/
p	b	β	/ப்/

m	/ம்/
n̲	/ந்/
ṇ	/ண்/
n	/ன்/
ñ	/ஞ்/
ṅ	/ங்/

y	/ய்/
r	/ர்/
l	/ல்/

v	/வ்/
ḻ	/ழ்/
ḷ	/ள்/

ṟ	/ற்/

2. Nasalised Vowels:

ẽ ẽ: ã: õ ũ

1. INTRODUCTION

1.1. General Introduction

Tamil is one of the four major literary languages of the Dravidian Family of languages. It belongs to the South Dravidian group of languages, and considered as the earliest of the Dravidian languages, the most copious and the best repository of the very ancient roots and grammatical forms of the Dravidian Family of languages.

Tamil has a rich literary and grammatical tradition and history of its own dating back to the 3rd century B.C. Tamil is also a well developed language, as it was supported by kings and used by scholars even from the early period. The Tamil land was divided in the past into three major kingdoms, namely, the Chera, Chola and Pandiya. The then Pandiya kings encouraged and patronised the growth and use of Tamil during those days, nurturing the activities and contributions of the Tamil Literary Bodies and Academies - called Tamil Sangams. The antiquity of the Tamil society is evidenced by references in the Tamil literature to two inundations of the southern sea engulfing a considerable portion of the Tamil country (Jothimuthu, 1965).

1.2. Tamil Literary and Grammatical Works

The earliest extent work - a valuable piece of literary and grammatical composition available to us, is known as Tolkāppiyam (தொல்காப்பியம்). It is an original composition - a treatise on both literature and grammar which deals not only with phonology, orthography, morphology and syntax but also the life style and poetics of the ancient Tamils. The third Tamil Sangam (Tamil Academy) handed down to posterity a valuable collection of literary contributions and works that were available then. The three significant collections popularly known as Sangam Classical Literature are: 1. Pattuppāṭṭu 2. Eṭṭuttokai and 3. Patineṉ kīḻkkaṇakku. The first is a collection of ten idylls, the second one embodies eight anthologies and the third, a collection of eighteen minor poems of a particular form of poetry.

The literary and grammatical history of Tamil shows that there were a number of literary and grammatical treatises and works produced by various scholars at different periods. These include grammatical works such as Nannūl, Vīracōḻiyam, etc., and literary works like Thirukkuṟaḷ, Cilappatikāram, Maṇimēkalai, Thirumanthiram, Cīvakacintāmaṇi, Thivya-Prapantham, Thēvaram, Thiruvāsagam, Periya Purāṇam, Sivagnāna Pōtham, Kampa Rāmāyaṇam and so on. The modern period in the Tamil literary history may be said to begin from the 16th century. There were a number of literary and grammatical works, prose writings, etc. produced during this period as well.

Apart from the native scholars, there were a number of European Missionary authors who rendered significant service by producing not only literary creations but also translations, lexicographical works like dictionaries, glossaries, etc. and grammars of spoken and literary Tamil varieties. The names and works of Beschi, Caldwell, Pope, Percival, Fabricuis, Winslow and others will always be remembered. It was Beschi who produced, for the first time, a Tamil dictionary on the model of the European languages (Jothimuthu, 1965). Until then the dictionaries were in the poetic form. G.U. Pope's translation of Thirukkuṟaḷ, Nālaṭiyār and Thiruvāsagam are noteworthy contributions.

1.3. The Modern Period

Coming closer to modern times, twentieth century is a period of renaissance in the history of Tamil language and literature. Tamil came into contact with many other lauguages, both Indian and foreign. So, there was significant change in the domain of literature, as new areas and types of literature such as novel, drama, short story, essay, literary criticism, translation,etc. emerged and flourished. The domains of use of Tamil also widened, especially its use in the domains of education, administration, mass media, and of late science and technology.

Apart from the historicity of the language and literature, Tamil language as on to-day, is one of the eighteen languages recognised by the VIIIth Schedule of the Constitution of India. It is spoken by 65 million people, according to the 1991 Census of India. It is spoken mainly in Tamilnadu (India) and by the Tamils who live in many other states of India as minorities. Considerable percentage of Tamil population is found in other parts of the world such as Sri Lanka, Malaysia, Singapore, South Africa, Fiji Islands and Mauritius.

After the Indian independence, the use of Tamil in formal domains has increased. In addition to teaching of Tamil as a language (as MT,OT,foreign language), it is used as a medium of instruction in schools, colleges and universities along with English. Tamil is, now, the official language of Tamilnadu, India. Though until 1957, the administration within the state used to be carried on mostly through the medium of English, it is being progressively replaced now by Tamil at all levels with the ultimate object of using Tamil as the sole official language - language of administration throughout the state.

These administrative and social changes necessarily create a need for a large number of people in the state, whose mother tongue is not Tamil, to acquire a good working knowledge of the language. Further, the progressive adoption and fair implementation of the three language formula would encourage the acquisition of a good knowledge of Tamil by speakers of other Indian languages. A text book of this kind, it is hoped, will help the second language learners to develop the communicative skills, along with the basic language skills.

1.4. Modern Standard Tamil Grammars and Descriptions

Modern Tamil has yet to take a definite shape, and there is no obsolute consensus on what is to be considered as Modern Standard Tamil. Tamil is a highly diglossic language even from the very early period, and it continues to be so even to-day. The two distinct varieties namely, written and spoken varieties are used in mutually exclusive contexts. That is each variety has different set of social functions to perform, in the formal and informal levels. Only in the recent past, we do find the dialogues and conversational portions of modern Tamil novels, short stories, plays, etc. written in spoken variety and that too in a standardised form (Schiffman, 1979). So, the major stock of data for this text book comes from the written variety used in modern prose writings meant for the domains of education, mass media, administration and to a certain extent, science and technology as well as the spoken variety.

1.5. Use of Spoken Tamil : Tamil Conversations

As Tamil is a diglossic language, it becomes necessary for the learners to differentiate the two distinct varieties viz, the spoken and written. The former variety is mostly used in informal social contexts and in certain domains of the mass media, like movies and of course in modern literature, whenever dialogues - conversations that take place between / among the characters (in short stories, novels, plays, etc). In all other domains of formal social activity, the high variety or the standard written Tamil is made use of.

Though there are a couple of publications like Spoken Tamil (by M. Shanmugam Pillai), Conversational Tamil (by N. Kumaraswami Raja and Dorasamy) in printed form, and "Jim - Raja" Conversations (by E.Annamalai) in the form of mimeo, all of them were produced 25 to 30 years ago. So, there is a necessity to have conversational materials in the present day spoken and written Tamil which takes into consideration, the present day socio-cultural contexts, situations, speech events/acts and so on.

The present monograph entitled **Conversational Tamil** (JOHN - MARY - RAJA - MANI - TAMIL CONVERSATIONS) includes fourteen conversations as continuous stretches of conversational materials, in which the participants interact among themselves and with a couple of other participants now and then, in different socio-cultural (both formal and informal) contexts and situations. The lexical items and grammatical forms used represent a standardised variety of spoken Tamil (educated middle class spoken Tamil of the central and eastern parts of Tamilnadu).

1.6. The Presentation

The conversations are first presented in the written variety using the Tamil script. This is followed by the presentation of the same materials in the spoken

Tamil using broad phonetic transcription. The third section presents the English translation of the conversations. The Language Resource Center of the University of Michigan, Ann Arbor, MI (USA) has produced these materials in the form of audio - tapes under the title "John - Mary - Raja - Mani"- Tamil Conversations (seven tapes) for the benefit of the learners. A list of lexical items used in the conversations is presented in a systematic way, following the Tamil phonemic order.

It is to be mentioned here that the grammatical forms used in the materials follow basic grammatical categories simplified for a beginner and does not presuppose any particular acquaintance with either theories of western linguistics or indigenous theories of Tamil grammar.

2. உரையாடல்கள்: எழுத்துத் தமிழிலும் பேச்சுத் தமிழிலும்

உரையாடல் - 1

ஜான் - மேரி - மணி அறிமுகம் : அப்பொழுது நடைபெறும் உரையாடல்

ஜான் : என் பெயர் ஜான். நான் அமெரிக்காவில் இருந்து வருகிறேன். வணக்கம்.

மணி : ஓ! அப்படியா? வாருங்க(ள்)! வணக்கம். இவர்கள் யார்?

ஜான் : இவள் என்னுடைய தங்கை, மேரி.

மேரி : வணக்கம். நாங்கள் போன வாரம்தான் இந்தியாவுக்கு வந்தோம்.

மணி : என் பெயர் மணி. நான் இங்கே ஒரு கல்லூரியில் பேராசிரியராக இருக்கிறேன்.

ஜான் : நாங்கள் அமெரிக்காவில் ஆராய்ச்சி செய்கிறோம்.

மேரி : நான் இசை (music) படிக்கிறேன்.

மணி : மிகவும் சந்தோஷம். நான் உங்களுக்கு என்ன உதவி செய்யவேண்டும். சொல்லுங்கள்.

ஜான் : நாங்கள் இங்கே ஒன்பது மாதம் தங்கி இருக்கவேண்டும். நான் தமிழ் படிக்கவேண்டும்.

மேரி : நான் தமிழ் இசை (Tamil music) படிக்கவேண்டும்.

மணி : சரி! இந்த இரண்டையும் எங்கள் கல்லூரியில் படிக்கலாம். வாருங்க(ள்)! நாம் இப்பொழுது கல்லூரிக்குப் போகலாம்.

ஜான் & மேரி : ஓ! சரி, அப்படியே செய்யலாம்

மணி : சரி, இப்பொழுது போகலாம்.

2. CONVERSATIONS: In Written and Spoken Tamil

Conversation - 1

John - Mary - Mani ar̲imukõ : appol̲utu n̲aṭakkra uraiya:ṭal

John : ẽ: pe:ru John. n̲ã: America-vuleruṉ̲tu varrẽ. vaṇakkõ.

Mani : o:! appaṭiya:? va:ṅka! vaṇakkõ. ivaṅka ya:ru?

John : ivaṅka, enno:ṭa taṅke Mary.

Mary : vaṇakkõ n̲a:ṅka po:na va:ran̲tã: India-vukku van̲tõ

Mani : ẽ: pe:ru Maṇi. n̲ã: iṅke oru kallu:riyile pe:ra:siriyara: irukkrẽ.

John : n̲a:ṅka America-vule a:ra:ycci seyrõ

Mary : n̲ã: ise ('music') paṭikkrẽ.

Mani : rompa san̲to:šõ. n̲ã: uṅkaḷukku enna utavi seyyaṇũ. solluṅka!

John : n̲a:ṅka iṅke ompatu ma:sõ taṅki irukkaṇũ. n̲ã: tamil̲ (Tamil language) paṭikkaṇũ.

Mary : n̲ã: tamil̲ ise ('Tamil music') paṭikka virumpurẽ

Mani : sari, in̲ta reṇṭeyũ eṅka kallu:riyile paṭikkalã:. va:ṅka, ippo n̲a:ma eṅka kallu:rikki po:lã:

John & Mary : o:! n̲allatu! appaṭiye: seyyalã:

Mani : sari! ippo po:lã:

உரையாடல் - 2

மணி, ஜான், மேரி, கண்ணன் ஆகியோர்: கல்லூரி - விருந்தகத்தில் நடைபெறும் உரையாடல்

மணி : அதோ! அது எங்கள் கல்லூரி. வாருங்க(ள்). உள்ளே போகலாம்.

ஜான் : மிகப்பெரிய கல்லூரியாக இருக்கிறதே!

மணி : ஆமாம், இது பெரிய கல்லூரி. இங்கே மூவாயிரம் மாணவர்கள் படிக்கிறார்கள். முப்பது துறைகள் இருக்கின்றன.

மேரி : இசைத் துறை பெரியதா?

மணி : ஆமாம். பெரிய துறை. அதில் நூறு மாணவர்கள் படிக்கிறார்கள். சிலர் ஆராய்ச்சி செய்கிறார்கள்.

ஜான் : நாங்கள் தங்க ஏற்பாடு செய்து கொடுங்கள். அது மிகவும் முக்கியம்.

மணி : ஓ! இன்றைக்கே செய்வோம். இங்கே ஒரு விருந்தகம் (guest house) இருக்கிறது. அங்கே, நீங்கள் தங்க ஏற்பாடு செய்யலாம். சரியா?

மேரி : ஆமாம். அதுதான் நல்லது. அப்படியே செய்யுங்கள்.

ஜான் : விருந்தகத்தில் சாப்பாடு வசதி இருக்கிறதா?

மணி : அங்கே எல்லா வசதியும் இருக்கிறது. வாருங்க(ள்). முதலில் எங்கள் அலுவலகம் போவோம்.

மேரி : இந்த ஆண்டு கல்லூரி எப்பொழுது ஆரம்பம் ஆகிறது?

மணி : ஜூலை -1, ஆரம்பமாகிறது. இன்னும் ஒரு வாரம் இருக்கிறது. அதனால் உங்களுக்கு வேண்டிய எல்லா வசதிகளையும் செய்து தருகிறேன். கவலைப்படாதீர்கள். இது எங்களுடைய அலுவலகம்.

ஜான் : நாங்கள் இங்கே என்ன செய்ய வேண்டும்?

மணி : நீங்கள் இரண்டு பேரும் இங்கே படிக்கப் பதிவு செய்ய வேண்டும். பிறகு, விருந்தகத்தில் தங்கப் பணம் கட்டவேண்டும். அவ்வளவுதான்.

மேரி : அதை இப்பொழுதே செய்யலாமா?

Conversation - 2

Mani, John, Mary, Kannan a:kiyo:r : kallu:ri - viruṉtakattule ṉaṭakkra uraiya:ṭal

Mani : ato:! atu, eṅka kallu:ri, va:ṅka, uḷḷe po:lã:

John : rompa periya kallu:riya: irukke:!

Mani : a:mã:, itu periya kallu:ri. iṅke mu:va:yrõ ma:ṇavaṅka paṭikkra:ṅka. muppatu toṟaiṅka irukkutu

Mary : ise tuṟe periyata:?

Mani : a:mã: periya toṟe. atule ṉu:ṟu ma:ṇavaṅka paṭikkra:ṅka. sila pe:ru a:ra:cciyũ seyra:ṅka.

John : ṉa:ṅka taṅka uṭane: e:ṟpa:ṭu seytu kuṭuṅka. atu rompa mukkiyõ.

Mani : o:! innaikke: seyvõ. iṅke oru viruṉtakõ (guest house) irukkutu. aṅke, ṉi:ṅka taṅka e:ṟpa:ṭu seyyalã: enna, sariya:?

Mary : a:ma:ṅka. atutã: ṉallatu. appaṭiye: seyyuṅka.

John : viruṉtakattule sa:ppa:ṭu vasati irukkuta:?

Mani : aṅke ella: vasatiyũ irukkutu. va:ṅka! motalle eṅka aluvalakõ po:võ.

Mary : iṉta a:ṇṭu kallu:ri eppo a:rampõ a:kutu?

Mani : July 1, a:rampama:kutu. innũ oru va:rõ irukkutu. atana:le uṅkaḷukku ve:ṇṭiya ella: vasatiyũ seytu tarrẽ, kavale paṭa:ti:ṅka. itu eṅka aluvalakõ (office)

John : ṉa:ṅka iṅke enna seyyaṇũ?

Mani : ṉi:ṅka reṇṭu pe:rũ iṅke paṭikka pativu paṇṇikkaṇũ. appuṟõ viruṉtakattule taṅka paṇõ kaṭṭaṇũ. avvaḷavutã:

Mary : ate ippave: seyyala:ma:?

மணி : ஓ! செய்யலாமே. இப்பொழுதே பணம் கட்டிப் பதிவு செய்யுங்கள்.

மணி : கண்ணன்! இவர்கள் அமெரிக்கா. இங்கே தங்கிப் படிக்க வேண்டும். அதனால் அவர்களைப் பதிவு செய்யுங்கள்.

கண்ணன் : மிகவும் சந்தோஷம். இப்பொழுதே செய்கிறேன். நீங்கள் உட்காருங்கள். இரண்டு பேரும் மொத்தம் மூவாயிரம் ரூபாய் கட்ட வேண்டும். இவை விண்ணப்பங்கள். இவைகளை நிரப்பிக் கொடுங்கள்.

ஜான் & மேரி : மிஸ்டர் கண்ணன், இந்தாருங்கள், விண்ணப்பங்கள். இதில் மூவாயிரம் ரூபாய் பணம் இருக்கிறது.

பதிவு முடிந்ததும்

கண்ணன் : இந்தாருங்கள், உங்கள் ரசீது (receipt). வாருங்க(ள்). உங்கள் விருந்தகத்துக்குப் போகலாம், இப்பொழுது.

ஜான் : இந்த விருந்தகம் நன்றாக இருக்கிறதே! எல்லா வசதியும் இருக்கிறது. இது போதும். உங்களுக்கு மிக நன்றி!

உரையாடல் - 3

மணி, ஜான், மேரி, சமையல்காரர் : விருந்தகத்தில் நடைபெறும் உரையாடல்

மணி : நீங்கள் கொஞ்சம் ஓய்வு எடுத்தால் நல்லது. அதனால் நான் உங்களைப் பிறகு பார்க்கிறேன், வரட்டுமா?

ஜான் : சரிங்க(ள்)! பிறகு பார்ப்போம்.

மேரி : அண்ணா! நாம் இன்று நகருக்குப் போகலாமா? நமக்கு உடனே தேவையாக உள்ள சாமான் எல்லாம் வாங்க வேண்டும்.

ஜான் : ஆமாம், மேரி! கட்டாயம் வாங்க வேண்டும். மாலையில் போவோம். சரியா?

மேரி : நகருக்கு இங்கே இருந்து பஸ்ஸில் போகலாமா?

Mani : o:! seyyala:me:! ippave: paṇõ kaṭṭi pativu seyyuṅka.

Mani : Kannan! ivaṅka America. iṅke taṅki paṭikkaṇũ. atana:le avaṅkaḷe pativu seyyuṅka.

Kannan : rompa san̲to:šõ. ippave: seyrẽ. n̲i:ṅka okka:ruṅka. reṇṭu pe:rũ mottõ mu:va:yrõ ru:pa: kaṭṭaṇũ. in̲ta:ṅka viṇṇappõ. ite n̲erappi kuṭuṅka.

John & Mary : Mr. Kannan! in̲ta:ṅka viṇṇappõ. itule mu:va:yrõ ru:pa: irukkutu. va:ṅka! uṅka virun̲takattukku ippo po:lã:

pativu mutiñcatũ

Kannan : in̲ta:ṅka, uṅka rasi:tu ('receipt'). va:ṅka uṅka virun̲takattukku po:lã:, ippo.

John : in̲ta virun̲takõ n̲alla: irukkute:! ella: vasatiyũ irukkutu. itu po:tũ. uṅkaḷukku rompa n̲an̲r̲i.

Conversation - 3

Mani, John, Mary, Cook : virun̲takattule n̲aṭakkra uraiya:ṭal

Mani : n̲i:ṅka koñcõ o:yvu eṭutta: n̲allatu. atana:le n̲ã: uṅkaḷe per̲aku pa:kkrẽ. appo, varaṭṭuma:?

John : sariṅka, per̲aku pa:ppõ.

Mary : aṇṇa:! n̲a:ma iṇṇaikki n̲akarukku po:la:ma:? n̲amakku uṭane: te:vaiya: uḷḷa sa:ma:nellã: va:ṅkaṇũ.

John : a:mã:, Mary! kaṭṭa:yõ va:ṅkaṇũ. ma:laiyile po:võ, sariya:?

Mary : n̲akarukku iṅkerun̲tu bassule po:la:ma:?

ஜான் : போகலாம். பத்தாம் நம்பர் பஸ்ஸில் போகலாம். அது நான்கு மணிக்கு இருக்கிறது.

ஜானும் மேரியும் நகருக்குப் போய் வருகிறார்கள்

மேரி : ஒரு மாதத்துக்கு வேண்டியது எல்லாம் வாங்கி ஆயிற்று.

ஜான் : இனி, நாம் படிக்கப் புத்தகங்கள் வாங்க வேண்டும், இல்லையா?

மேரி : புத்தகங்கள் இங்கே நூலகத்தில் இருக்கும். அதனால் அங்கே எடுக்கலாம்.

ஜான் : ஆமாம், அதுதான் நல்லது. அப்படியே செய்வோம். நாளைக்கு நூலகம் போவோம்.

சமையல்காரர்

: உங்களுக்கு ராத்திரி சாப்பிட என்ன செய்யட்டும்?

மேரி : எங்களுக்குத் தோசை, சாம்பார், சோறு, ரசம், தயிர் போதும்.

சமையல்காரர்

: இது எல்லாம் செய்கிறேன். தயிர் இருக்கிறது. இப்பொழுது காப்பி/டீ ஏதாவது வேண்டுமா?

ஜான் : எங்களுக்குக் கொஞ்சம் காப்பி கொடுங்கள். எட்டு மணிக்குச் சாப்பாடு கொடுத்தால் போதும்.

சமையல்காரர்

: மிகவும் நல்லது. இதோ காப்பி, இப்பொழுது தருகிறேன். அப்புறம் சாப்பாடு தயார் செய்கிறேன்.

இரவு/ராத்திரி எட்டு மணிக்கு

சமையல்காரர்

: வாருங்கள்! சாப்பாடு தயாராக இருக்கிறது. எல்லாம் சூடாக இருக்கிறது. வந்து சாப்பிடுங்கள்.

மேரி : இதோ! இப்பொழுதே வருகிறோம்.

இருவரும் சாப்பிடுகிறார்கள்

John : po:lã:. pattã: n̲ampar bassule po:lã:. atu n̲a:lu maṇikki irukkutu.

John & Mary n̲akarukku po:yi varra:ṅka

Mary : oru ma:sattukku ve:ṇṭiyatu ellã: va:ṅki a:ccu.

John : ini, n̲a:ma paṭikka pustakaṅka va:ṅkaṇũ, illaiya:?

Mary : pustakaṅka iṅke n̲u:lakattule irukkũ. atana:le aṅke eṭukkalã:

John : a:mã:, atutã: n̲allatu. appaṭiye: seyvõ. n̲a:ḷaikki n̲u:lakõ po:võ.

Cook (camaiyalka:rar)
: uṅkaḷukku ra:ttri sa:ppiṭa enna seyyaṭṭũ?

Mary : eṅkaḷukku to:se, sa:mpa:r, so:r̲u, rasõ, tayir po:tũ

Cook : itellã: seyrẽ, tayir irukkutu, ippo 'coffee / tea' e:ta:vatu ve:ṇuma:?

John : eṅkaḷukku koñcõ 'coffee' kuṭuṅka. eṭṭu maṇikki sa:ppa:ṭu kuṭutta: po:tũ.

Cook : rompa n̲allatu. ito: ka:ppi ('coffee'), ippo tarrẽ. appur̲õ sa:ppa:ṭu taya:r paṇrẽ.

ra:ttri eṭṭu maṇikki

Cook : va:ṅka, sa:ppa:ṭu taya:ra: irukkutu. ellã: su:ṭa: irukkutu. van̲tu sa:ppiṭuṅka.

Mary : ito:, ippave: varrõ.

iruvarũ sa:ppuṭra:ṅka

ஜான் : தோசை மிகவும் நன்றாக இருக்கிறது. ரசம் பிரமாதம்.

மேரி : சாம்பார் கூட நன்றாக இருக்கிறது. எங்களுக்கு, உங்கள் சாப்பாடு மிகவும் பிடிக்கும்.

சமையல்காரர்
: உங்களுக்கு என்ன வேண்டுமோ அதைச் சொல்லுங்கள். நான் செய்து தருகிறேன்.

ஜான் &
மேரி : ஓ! சொல்கிறோம். அதுமாதிரி செய்யுங்கள். மிகவும் நன்றி.

சமையல்காரர்
: பழம் சாப்பிடுங்கள். இது நல்ல வாழைப்பழம்.

ஜான் : ஆமாம், வாழைப்பழம் ராத்திரியில் சாப்பிடவேண்டும். சரி! காலையில் பார்ப்போம். நன்றி! நாங்கள் போய் வருகிறோம்.

உரையாடல் -4

ஜான், பேராசிரியர் மணியைப் பார்க்க அடுத்த நாள் வருகிறார்: அப்பொழுது நடைபெறும் உரையாடல்

மணி : வாருங்க(ள்)! ஜான்! எப்படி இருக்கிறீர்கள்? எல்லாம் வசதியாக இருக்கிறதா? வேறு ஏதாவது வேண்டுமா? சொன்னால், நிச்சயம் செய்து தருகிறோம் என்ன, சரியா?

ஜான் : நானும் மேரியும் ஒரு நாள் கோவை நகரை - முக்கியமான இடங்களைச் சுற்றிப்பார்க்க வேண்டும். எங்களோடு யாராவது வந்தால் நல்லது. உதவியாக இருக்கும்.

மணி : ஓ! அப்படியா? நிச்சயம் இந்த வாரக் கடைசியில் நீங்கள் நகரையும் பக்கத்தில் உள்ள வேறு சில இடங்களையும் சுற்றிப்பார்க்க ஏற்பாடு செய்கிறேன். காலையில் ஒன்பது மணிக்குப் புறப்பட்டால், இரவு சாப்பாட்டுக்கு இங்கே வந்து சேர முடியும்.

மேரி : அதுதான் நல்லது. அப்படியே செய்யலாம், ஜான்! மத்தியான சாப்பாட்டை ஹோட்டலில் சாப்பிடலாம், என்ன?

John : to:se rompa ṉalla: irukkutu. rasõ pirama:tõ.

Mary : sa:mpa:r ku:ṭa ṉalla: irukkutu. eṅkaḷukku, uṅka sa:ppa:ṭu rompa piṭikkũ.

Cook : uṅkaḷukku enna ve:ṇumo: ate solluṅka! ṉã: seytu tarrẽ.

John & Mary : o:! solrõ. atu ma:tiri seyyuṅka. rompa ṉanṟi.

Cook : paḻõ sa:ppuṭuṅka. itu ṉalla va:ḻe paḻõ.

John : a:mã:, va:ḻe paḻõ ra:ttiriyile sa:ppuṭaṇũ. sari, ka:laiyile pa:ppõ. ṉanṟi, ṉa:ṅka varrõ.

Conversation - 4

John, Prof. Mani-e pa:kka aṭuttaṉa:(ḷ) varra:ru: appo ṉaṭakkra uraiya:ṭal

Mani : va:ṅka, John! eppaṭi irukkri:ṅka? ellã: vasatiya: irukkuta:? ve:re e:ta:vatu ve:ṇuma:? sonna: ṉiccayõ seytu tarrõ. enna, sariya:?

John : ṉa:nũ mary-ũ oru ṉa:ḷaikki ko:ve (Coimbatore) ṉakare - mukkiyama:na eṭaṅkaḷe sutti pa:kkaṇũ. eṅkaḷo:ṭa ya:ra:vatu vaṉta: ṉallatu. rompa utaviya: irukkũ.

Mani : o:! appaṭiya:? ṉiccayõ iṉta va:ra kaṭaisiyile ṉi:ṅka ṉakaratteyũ pakkattule irukkra ve:ṟe sela eṭaṅkaḷeyũ sutti pa:kka e:ṟpa:ṭu seyrẽ. ka:laiyile ompatu maṇikki poṟappaṭṭa: ra:ttri sa:ppa:ṭṭukku iṅke vaṉtu se:ra muṭiyũ.

Mary : atutã: ṉallatu. appaṭiye: seyyalã:. John! mattiya:na sa:ppa:ṭṭe ho:ṭṭalle sa:ppuṭalã:, enna?

ஜான் : இங்கே முக்கியமான இடங்களைப்பற்றிக் கொஞ்சம் சொல்லுங்களேன்!

மணி : நகரில் முக்கியமாகச் சில பஞ்சாலைகள், கோனியம்மன் கோயில், விவசாயப் பல்கலைக்கழகம், தாவரவியல் பூங்கா, மைய நூலகம் போன்றவைகளைப் பார்க்கலாம். பிறகு பக்கத்தில் உள்ள மருதமலை, பாரதியார் பல்கலைக்கழகம், பேரூர் சிவன் கோயில் மற்றும் கோவை நீர்வீழ்ச்சி ஆகிய இடங்களுக்குப் போகலாம்.

மேரி : ஆமாம். முதலில் இந்த இடங்களை ஒரு நாளில் பார்க்கலாம். அப்புறம் வெளி இடங்களைப் பார்க்கலாம்.

ஜான் : ஆமாம்! மணி சார். அப்படியே ஏற்பாடு செய்யுங்கள். சனிக்கிழமை காலையில் புறப்படலாம்.

மணி : நீங்கள் இருவரும் உங்களோடு துணைக்கு எங்கள் ஆய்வாளர் ராஜாவும் வருவார். மூன்றுபேரும் ஒரு காரில் போய் வாருங்கள். அப்பொழுதுதான் சீக்கிரம் போய்வர முடியும். ராஜா மிகவும் நல்லவர். உங்களுக்கு வேண்டிய உதவிகளைச் செய்வார். சரியா?

மேரி : ஐயா! ராஜா எங்கே தங்கி இருக்கிறார்? என்ன ஆராய்ச்சி செய்கிறார்?

மணி : ராஜா பக்கத்தில் இருக்கிற மாணவர் விடுதியில் (hostel) தங்கி இருக்கிறார். அவர் தமிழ் இசைத் துறையில்தான் ஆராய்ச்சி செய்கிறார்.

மேரி : மிகவும் சந்தோஷம். நான் ராஜாவை முதலில் சந்திக்க வேண்டும். அவரோடு கலந்து பேச வேண்டும்.

மணி : இன்று மாலை நான் ராஜாவை இங்கு வரச் சொல்கிறேன். நீங்கள் அவரோடு பேசலாம்.

மேரி : மிக்க மகிழ்ச்சி. என்னுடைய ஆராய்ச்சிபற்றிச் சிலருடன் நான் கலந்துரையாட விரும்புகிறேன். இங்குள்ள இசைப் பேராசிரியரையும் பார்க்க வேண்டும்.

மணி : ராஜா வந்ததும் அவரைக் கேளுங்கள். இசைத்துறைபற்றி அவர் சொல்வார்.

ஜான் : ஆமாம், மேரி! நாம் ராஜாவுடைய துணையோடு இசைத்துறைக்கு இந்த வாரத் தொடக்கத்தில் போகலாம்.

John : iṅke mukkiyama:na eṭaṅkaḷepatti koñcõ solluṅkaḷẽ:!

Mani : n̲akarule mukkiyama: sela pañca:laiṅka, ko:niyammẽ ko:yilu, vivasa:ya kallu:ri, ta:varaviyal pu:ṅka:, maiya n̲u:lakõ itellã: pa:kkalã:. appur̲õ pakkattule irukkra marutamale, Bharathiar University, pe:ru:r sivẽ ko:yilu, innũ ko:ve n̲i:r vi:ḻcci ippaṭipaṭṭa eṭaṅkaḷukkũ po:lã:

Mary : a:mã:! motalle in̲ta eṭaṅkaḷe oru n̲a:ḷule pa:kkalã:. appur̲õ veḷi eṭaṅkaḷukku po:kalã:

John : a:mã:, maṇi - sa:r (Mani Sir!). appaṭiye: e:r̲pa:ṭu seyyuṅka. sanikkeḻame ka:laiyile por̲appaṭalã:

Mani : n̲i:ṅka renṭu pe:rũ uṅkaḷo:ṭa toṇaikki eṅka a:ra:ycciya:ḷaru ra:ja:vũ varuva:ru. n̲i:ṅka mu:ṇu pe:rũ oru ka:rule po:y va:ṅka. appatã: si:kkrõ vara muṭiyũ. ra:ja: rompa n̲allavaru. uṅkaḷukku ve:ṇṭiya utavi seyva:ru, sarita:ne:!

Mary : aiya:! ra:ja: eṅke taṅki irukkra:ru? enna a:ra:ycci seyra:ru?

Mani : Raja, pakkattule irukkra ma:ṇavar viṭutiyile taṅki irukkra:ru. avaru tamiḻ isaiyile-tã: a:ra:ycci paṇra:ru.

Mary : rompa san̲to:šõ. n̲ã: ra:ja:ve motalle san̲tikkaṇũ. avaro:ṭa kalan̲tu pe:saṇũ.

Mani : innaikki sa:yaṅka:lõ n̲ã: ra:ja:ve iṅke vara solrẽ. n̲i:ṅka avaro:ṭa pe:salã:

Mary : rompa makiḻcci. enno:ṭa a:ra:ycci-patti sela pe:ro:ṭa n̲ã: kalan̲tu pe:sa a:se paṭrẽ. iṅke irukkra ise pe:ra:siriyeyũ pa:kkaṇũ

Mani : Raja-van̲tatũ avare ke:ḷuṅka. ise tor̲e-patti avaru solva:ru

John : a:mã:, Mary! n̲a:ma ra:ja: toṇeyo:ṭa ise tor̲ekki in̲ta va:ra toṭakkattule po:lã:

மணி : சரி மிஸ்டர் ஜான், நீங்கள் தமிழ்த்துறைக்கு எப்பொழுது வருகிறீர்கள்?

ஜான் : நான் திங்கள் கிழமை வருகிறேன். அன்றே எனக்குப் பாடம் ஆரம்பித்து, சொல்லிக் கொடுங்கள்.

மணி : உங்கள் விருப்பப்படியே செய்கிறேன். வாரத்துக்கு மூன்று நாட்கள் - ஆறுமணி நேரம் வந்தால் போதும்.

ஜான் : நீங்கள் சொல்கிறபடி நான் சரியாக வருவேன். முதலில் பேச்சுத் தமிழைப் படித்துக் கொள்ள விரும்புகிறேன்.

மணி : அப்படியே செய்யலாம்! அது உங்களுக்கு மிகவும் உதவியாக அமையும். இப்பொழுதே நீங்கள் ஓரளவுக்கு நன்றாகப் பேசுகிறீர்கள். என் பாராட்டு, உங்களுக்கு.

ஜான் : எனக்கு ஏதோ கொஞ்சம்-தான் பேச வரும். இன்னும் நிறைய தெரிந்து கொள்ள வேண்டும்.

மணி : சரி, எனக்கு வெளியே கொஞ்சம் வேலை உள்ளது. பிறகு பார்ப்போம்.

ஜான் : நீங்கள் போய் வாருங்கள். பிறகு சந்திப்போம். மிக்க நன்றி!

உரையாடல்-5

ராஜா, ஜான் - மேரி ஆகியோரைச் சந்தித்து உரையாடுதல்

ராஜா : ஹலோ! உள்ளே வரலாமா?

ஜான் : வாருங்க(ள்)! நீங்கள் யார்?

ராஜா : என் பெயர் ராஜா. பேராசிரியர் மணி அனுப்பினார். நான் இந்தக் கல்லூரியில் ஆராய்ச்சி செய்கிறேன்.

ஜான் : வணக்கம், ராஜா! வாருங்கள் உள்ளே. உட்காருங்கள். இதோ! என் தங்கை மேரியை அழைக்கிறேன். உங்களைச் சந்திக்க மிக ஆவலாக இருக்கிறாள்.

ஜான் மேரியை அழைத்து வந்து ராஜாவுக்கு அறிமுகம் செய்கிறார்

Mani : sari, Mr. John! ṉi:ṅka tamiḻ toṟekki eppo varri:ṅka?

John : ṉā: tiṅkakeḻame varrẽ. annaikke: enakku ṉi:ṅka pa:ṭõ a:rampicci sollikuṭuṅka.

Mani : uṅka viruppappaṭiye: seyrẽ. va:rattukku mu:ṇu ṉa:ḷu, a:ṟu maṇi ṉe:rõ vaṉta: po:tũ.

John : ṉi:ṅka solra-paṭi ṉā: sariya: varrẽ. motalle pe:ccuttamiḻe paṭikka ṉenaikkrẽ.

Mani : appaṭiye: seyyalā: . atu uṅkaḷukku rompa utaviya: irukkũ. ippo ṉi:ṅka o:raḷavukku ṉalla: pe:sri:ṅka. enno:ṭa pa:ra:ṭṭu, uṅkaḷukku.

John : enakku e:to: koñcaṉtā: pe:sa varũ. innũ ṉeṟaya pe:sa teriñcikkaṇũ.

Mani : sari! enakku veḷiye koñcõ ve:le irukkutu. peṟaku pa:ppõ.

John : ṉi:ṅka po:yiṭṭu va:ṅka. peṟaku saṉtippõ. rompa ṉaṉṟi.

Conversation - 5

Raja, John-Mary a:kiyo:re saṉtittu uraiya:ṭutal

Raja : Hello! uḷḷe varala:ma:?

John : va:ṅka! ṉi:ṅka ya:ru?

Raja : ẽ: pe:ru, Raja. pe:ra:siriyar Mani anuppuna:ru. ṉā: iṉta kallu:riyile a:ra:ycci seyrẽ.

John : vaṇakkõ, Raja! va:ṅka uḷḷe. okka:ruṅka. ito:! enno:ṭa taṅke Mary-e ku:ppuṭrẽ. uṅkaḷe saṉtikka rompa a:vala: irukkra:.

John , Mary-e ku:ṭṭi vaṉtu aṟimukõ seyra:ru

ஜான் : இவள், என் தங்கை மேரி. இங்கே தமிழ் இசை படிக்க என்னுடன் இந்தியாவுக்கு வந்துள்ளாள்.

ராஜா : வணக்கம்! மிஸ் மேரி, உட்காருங்கள். பேசுவோம்.

மேரி : வணக்கம். உங்களைச் சந்தித்ததில் மிகவும் சந்தோஷம். பேராசிரியர் மணி உங்களைப் பற்றி மிகச் சிறப்பாகச் சொன்னார். நானும் தமிழ்-ஆங்கில இசை ஒற்றுமை-வேற்றுமைகளைப் பற்றித்தான் ஆராய்ச்சி செய்கிறேன்.

ஜான் : நீங்கள் இருவரும் பேசிக்கொண்டிருங்கள், நான் பின்னர் வருகிறேன்.

ராஜா : சரி, நீங்கள் போய் வாருங்கள்.

மேரி : நீங்கள் எத்தனை வருஷமாக ஆராய்ச்சி செய்கிறீர்கள்? உங்களுடைய சிறப்பு ஆராய்ச்சிப் பகுதி எது?

ராஜா : நான் இரண்டு ஆண்டுகளாக ஆராய்ச்சி செய்கிறேன். நான் வட-தென் இந்திய இசைபற்றி ஆராய்ந்து வருகிறேன். ஒரு வகையில் இது ஒரு ஒப்புமை ஆராய்ச்சியே!

மேரி : நம் இருவருடைய ஆராய்ச்சியும் பெரும்பாலும் ஒன்று போலவே உள்ளது இல்லையா? உங்கள் ஆராய்ச்சியின் குறிக்கோள் என்ன? சொல்லுங்களேன்!

ராஜா : முக்கியமாகப் பொதுமைக் கூறுகளைக் கண்டுபிடிப்பதுதான். அதாவது, 'வேற்றுமையில் ஒற்றுமை' காணுவது (unity in diversity) என்று சொல்வார்களே! அதைப்போல.

மேரி : நீங்கள் வட இந்திய இசைபற்றி படித்திருக்கிறீர்களா?

ராஜா : ஆமாம். எம்.ஏ. வகுப்பில் அது எனக்கு ஒரு பாடமாக இருந்தது. எனக்குச் சில இசைக்கருவிகள் வாசிக்கவும் தெரியும்.

மேரி : என்னென்ன வாசிப்பீர்கள்? சொல்லுங்களேன்!

ராஜா : வீணை, புல்லாங்குழல், ஆர்மோனியம் எல்லாம் வாசிப்பேன். உங்களுக்கு வாசிக்கத் தெரியுமா?

John : iva, enno:ṭa taṅke Mary. iṅke tamil̲ ise paṭikka enno:ṭa India-vukku van̲tu irukkra:

Raja : vaṇakkõ, Ms. Mary. okka:ruṅka, pe:suvõ.

Mary : vaṇakkõ. uṅkaḷe san̲ticcatule enakku rompa san̲to:šõ. pe:ra:siriyar Mani uṅkaḷe-patti rompa n̲alla: sonna:ru. n̲a:nũ Tamil - English ise ottume - ve:ttume pattitã: a:ra:ycci seyrẽ.

John : n̲i:ṅka reṇṭu pe:rũ pe:sikiṭṭu iruṅka. n̲ã: appur̲õ varrẽ

Raja : sari, n̲i:ṅka po:y va:ṅka!

Mary : n̲i:ṅka ettane varušama: a:ra:ycci seyri:ṅka? uṅkaḷo:ṭa a:ra:ycci en̲ta ise pakuti?

Raja : n̲ã: po:na reṇṭu varušama: a:ra:ycci seyrẽ, in̲ta kallu:riyile. n̲ã: vaṭa - ten ise-patti a:ra:ycci seyrẽ. oru vakaiyile itu oru oppu a:ra:ycci-tã:

Mary : n̲amma reṇṭu pe:ro:ṭa a:ra:ycciyũ ane:kama: ore: ma:tiri irukkutu, illaiya:? uṅka a:ra:ycciyo:ṭa kur̲ikko:ḷ enna? solluṅkaḷẽ:!

Raja : mukkiyama: itu reṇṭuleyũ irukkra potukku:r̲uṅkaḷe kaṇṭu piṭikkratu-tã:. ata:vatu, ve:ttumaiyile ottume kaṇṭupiṭikkratutã: ('unity in diversity') appaṭi:nnu solluva:ṅkaḷe:! ateppo:la.

Mary : n̲i:ṅka vaṭa in̲tiya isepatti paṭiccirukkri:ṅkaḷa:?

Raja : a:mã:! M.A. vakuppule atu enakku oru pa:ṭama: irun̲tatu. enakku sela ise karuviṅka va:sikkavũ teriyũ.

Mary : ennenna va:sippi:ṅka, solluṅkaḷẽ:?

Raja : vi:ṇe, pulla:ṅkol̲alu, a:rmo:niyõ ellã: va:sippẽ. uṅkaḷukku va:sikka teriyuma:?

மேரி : எனக்கும் வாசிக்கத் தெரியும். Flute, Sitar இதெல்லாம் கொஞ்சம் வாசிப்பேன். வாய்ப்பாட்டும் நன்றாக வரும்.

ராஜா : நானும் தமிழ்ப் பாடல்களை இசையோடு பாடுவேன். அதோடு சில பாடல்களை நானே இயற்றி இருக்கிறேன்.

மேரி : நீங்கள் பெரிய ஆள்தான். உங்களைச் சந்தித்ததில் எனக்கு மிகவும் மகிழ்ச்சியாக இருக்கிறது.

ராஜா : நீங்களும் உங்கள் சகோதரரும் கோவை நகரையும் சுற்று வட்டாரத்தையும் பார்க்க விரும்புவதாகப் பேராசிரியர் மணி சொன்னார்.

அப்போது ஜான் உள்ளே வருகிறார்

மேரி : இதோ! ஜானும் வருகிறார். ஜான்! நாம் சனிக்கிழமை வெளியே போவதை உறுதி செய்யலாமா?

ஜான் : ராஜாவுக்கு அன்று வசதியாக இருந்தால், உறுதி செய்யலாம்.

ராஜா : எனக்குச் சனிக்கிழமை ஓய்வுதான். அதனால் நான் உங்களோடு வருகிறேன் எல்லோரும் போகலாம். வெளியே போகும் போது இன்னும் நிறைய விஷயங்கள் பேச நேரம் கிடைக்கும் இல்லையா?

மேரி : ஆமாம். அது என்னவோ உண்மைதான். நிச்சயம் அதுபற்றி அதிகமாகப் பேசலாம்.

ஜான் : ராஜா! மேரி எப்பொழுதும் அவளுடைய படிப்பு - ஆராய்ச்சி பற்றியே பேசி வருவாள்.

ராஜா : இப்போது அதுதானே மிகவும் முக்கியம். அதனால், மேரி அப்படிக் கலந்து பேசுவது மிகவும் வரவேற்கப்படவேண்டிய ஒன்றுதான்.

ஜான் : நீங்கள் இருவரும் ஒரே துறையில் ஆராய்ச்சி செய்கிறவர்கள். அப்படித்தான் பேசுவீர்கள்.

ராஜா : சரி! நான் முதலில் ஒரு காருக்கு ஏற்பாடு செய்து வருகிறேன். உங்களோடு மீண்டும் பேசுகிறேன். வரட்டுமா!

மேரி &
ஜான் : சரி! போய் வாருங்கள். காலையில் பார்ப்போம். நீங்கள் இங்கு வந்ததுக்கு மிக்க நன்றி, சந்தோஷம். பிறகு சந்திப்போம்.

Mary : enakkũ va:sikka teriyũ. Flute, Sithar itellã: kõncõ va:sippẽ. va:y pa:ṭṭũ ṉalla: varũ.

Raja : ṉa:nũ tamiḻ pa:ṭṭe ṉalla: isaiyo:ṭa pa:ṭuvẽ. ato:ṭa sela pa:ṭṭuṅkaḷe ṉa:ne: eḻuti irukkrẽ.

Mary : o:! ṉi:ṅka periya a:ḷutã:. uṅkaḷe saṉticcatule enakku rompa saṉto:šama: irukkutu

Raja : ṉi:ṅkaḷũ uṅka aṇṇa:vũ ko:ve ṉakareyũ suttu vaṭṭa:ratteyũ pa:kka a:sepaṭrata: pe:ra:siriyar Mani sonna:ru.

appo, John uḷḷe varra:ru

Mary : ito:! John-ũ varra:ru. John! ṉa:ma sanikkeḻame veḷiye po:rate ṉiccayõ seyyala:ma:?

John : Raja-vukku annaikki vasatiya: iruṉta: ṉiccayõ seyyalã:.

Raja : enakku sanikkeḻame 'rest'-tã:. atana:le ṉã: uṅkaḷo:ṭa varrẽ. ella:rũ po:lã:. veḷiye po:kumpo:tu innũ ṉeṟaya višayaṅka, pe:sa ṉe:rõ keṭaikkũ, illaiya:?

Mary : a:mã:, atu ennavo: uṇme-tã: ṉiccayõ ate patti atikama: pe:salã:.

John : Raja! Mary eppavũ avaḷo:ṭa paṭippu - a:ra:ycci pattiye: pe:suva:

Raja : ippo atuta:ne: rompa mukkiyõ. atana:le, Mary appaṭi kalaṉtu pe:suvatu rompa pa:ra:ṭṭappaṭa ve:ṇṭiya onnutã:.

John : ṉi:ṅka reṇṭu pe:rũ ore: toṟaiyile a:ra:ycci seyravaṅka. appaṭittã: pe:suvi:ṅka.

Raja : sari! ṉã: motalle oru ka:rukku e:ṟpa:ṭu señci varrẽ. maṟupaṭiyũ uṅkaḷo:ṭa pe:srẽ. varaṭṭuma:?

Mary & John : sari! po:yiṭṭu va:ṅka ka:laiyile pa:ppõ. ṉi:ṅka iṅke vaṉtatukku rompa ṉanṟi, saṉto:šõ. peṟaku pa:ppõ.

உரையாடல் - 6

ஜான்-மேரி-ராஜா சுற்றுலா போகிறார்கள்- சுற்றுலா போனபோது வழியில் நடைபெறும் உரையாடல்

ராஜா : ஹலோ! மிஸ்டர் ஜான்! கார் தயாராக உள்ளது. நீங்கள் தயாரா?

ஜான் : வாருங்கள், ராஜா! உட்காருங்கள். இதோ! நாங்கள் ஐந்து நிமிஷத்தில் ரெடி.

ஐந்து நிமிஷம் கழித்து ஜானும் மேரியும் வெளியே புறப்பட வருகிறார்கள்

மேரி : வணக்கம், ராஜா! சரியாக, நேரத்தில் வந்துவிட்டீர்கள். மிகவும் நன்றி.

ராஜா : இப்பொழுது புறப்படலாமா? உங்களுக்குத் தேவையானதை எடுத்து, காரில் வையுங்கள்.

ஜான் : சரி! எல்லாம் இரண்டு பைகளில் இருக்கின்றன. குடிக்கத் தண்ணீர் இரண்டு பாட்டில் (Bottle) வாங்க வேண்டும். அவ்வளவுதான்.

மேரி : அதைப் போகிற வழியில் வாங்கமுடியும், இல்லையா?

ராஜா : நகரில் நுழைந்ததும் ஏதாவது ஒரு கடையில் வாங்கலாம். நான் பழம், ரொட்டி, கடலை கொண்டுவந்துள்ளேன். வேறு ஏதாவது வாங்க வேண்டுமா?

ஜான் : குடிக்க ஏதாவது வாங்கலாமா? கொக்கோ கோலா, பெப்ஸி கிடைத்தால் போதும்.

ராஜா : சரி! அதையும் கடையில் வாங்க முடியும். டிரைவர் (Driver) வண்டியை எடுக்கலாம். புறப்படுவோம்.

டிரைவர் : சரி! நீங்கள் வண்டியில் ஏறுங்கள். உடனே புறப்படலாம்.

அனைவரும் வண்டியில் ஏறுகின்றனர். கார் புறப்படுகிறது

Conversation - 6

John - Mary - Raja cur̲r̲ula: po:ra:ṅka, appo n̲aṭakkra uraiya:ṭal

Raja : Hello! Mr.John! ka:ru 'ready'-a: irukkutu. n̲i:ṅka 'ready'-a:?

John : va:ṅka! Raja! okka:ruṅka. ito:! n̲a:ṅka añcu n̲imišattule 'ready'.

añcu n̲imišõ kal̲icci John-ũ Mary-ũ veḷiye por̲appaṭa varra:ṅka

Mary : vaṇakkõ, Raja! sariya: n̲e:rattule van̲tuṭṭi:ṅka. rompa n̲an̲r̲i.

Raja : ippo, por̲appaṭala:ma:? uṅkaḷukku ve:ṇṭiyate eṭuttu ka:rule vaiṅka.

John : sari! ellã: reṇṭu paile irukkutu. kuṭikka taṇṇi reṇṭu 'bottle' va:ṅkaṇũ. avvaḷavutã:

Mary : ate po:ra val̲iyile va:ṅka muṭiyũ, illaiya:?

Raja : n̲akarattule n̲ol̲eñcatũ e:ta:vatu oru kaṭaiyile va:ṅkalã:. n̲ã: pal̲õ, roṭṭi, kaṭale koṇṭu van̲tirukkrẽ. ve:re e:ta:vatu va:ṅkaṇuma:?

John : kuṭikka e:ta:vatu va:ṅkala:ma:? 'cococola', 'pepsi' keṭacca: po:tũ.

Raja : sari! ateyũ kaṭaiyile va:ṅka muṭiyũ. 'Driver' vaṇṭiye eṭukkalã:. por̲appaṭuvõ. n̲e:rama:kutu.

Driver : sariṅka! n̲i:ṅka vaṇṭiyile e:r̲uṅka. oṭane: por̲appaṭalã:

ella:rũ vaṇṭiyile e:r̲r̲a:ṅka. ka:ru por̲appaṭutu

ராஜா : டிரைவர், அதோ! அந்தக் கடைக்குப் பக்கத்தில் நிறுத்துங்கள். எல்லாச் சாமான்களையும் வாங்கிக்கொள்ளலாம்.

டிரைவர் வண்டியை நிறுத்துகிறார். ராஜாவும் ஜானும் தேவையானதைக் கடையில் வாங்குகிறார்கள்.

ஜான் : ராஜா, முதலில் எங்கே போகலாம். நீங்களே சொல்லுங்கள்.

ராஜா : முதலில் கோனியம்மன் கோவில். பிறகு விவசாயக் கல்லூரி, தமிழ் இசைக் கல்லூரி போகலாம். சரியா?

மேரி : சரி, அப்படியே செய்யலாம்.

மூவரும் கோயிலையும் கல்லூரிகளையும் உள்ளே போய்ப் பார்க்கிறார்கள்

மேரி : இசைக் கல்லூரி நன்றாக உள்ளதே!

ராஜா : ஆமாம், இது அரசு கல்லூரி. நல்ல வசதிகள் உள்ளன.

ஜான் : நாம் எங்கே மதிய சாப்பாடு சாப்பிடலாம். நீங்களே சொல்லுங்கள்!

ராஜா : ஹோட்டல் அன்னபூர்ணாவில் சாப்பிடலாம். அங்கே சாப்பாடு நன்றாக இருக்கும்.

மூவரும் ஹோட்டலில் சாப்பிடுகின்றனர்

ராஜா : இப்போது மணி இரண்டு. நாம் நேராகப் பாரதியார் பல்கலைக்கழகம், போவோம். பிறகு அங்கே இருந்து மருதமலை மிகவும் பக்கம். போய்ப் பார்க்கலாம்.

மேரி : பாரதியார் தமிழ்க் கவிஞர், இல்லையா?

ராஜா : பெரிய விடுதலைக் கவிஞர். அவருடைய பெயரில்தான் இந்தப் பல்கலைக் கழகம் தொடங்கப்பட்டுள்ளது.

ஜான் : பெரிய பல்கலைக்கழகமாக உள்ளதே!

Raja : 'Driver'! ato:! anta kaṭaikki pakkattule niruttuṅka. ella: sa:ma:naiyũ va:ṅkikkalã:.

Driver vaṇṭiye nirutturа:ru. Raja-vũ John-ũ ve:ṇṭiyate va:ṅkra:ṅka

John : Raja! motalle eṅke po:lã:, ni:ṅkaḷe: solluṅka.

Raja : motalle, ko:niyammẽ ko:yilu, peraku vivasa:ya kallu:ri, tamil ise kallu:ri po:lã:. enna, sariya:?

Mary : sari, appaṭiye: seyyalã:

mu:ṇu pe:rũ ko:yileyũ kallu:riṅkaḷeyũ uḷḷe po:yi pa:kkra:ṅka

Mary : inta ise kallu:ri nalla: irukkute:

Raja : a:mã:! itu araca:ṅka kalu:ri.nalla vasatiṅka irukkutu.

John : na:ma matiya sa:ppa:ṭu eṅke sa:ppuṭalã:?

Raja : 'Hotel Annapoorna'-vule sa:ppuṭalã:. aṅke sa:ppa:ṭu nalla: irukkũ

mu:ṇu pe:rũ 'Hotel'-le sa:ppuṭra:ṅka

Raja : ippo, maṇi reṇṭu. na:ma ne:ra:'Bharathiar University' po:võ. peraku aṅkeruntu 'Marudha Malai' rompa pakkõ. po:yi pa:kkalã:

Mary : 'Bharathiar' tamil kaviñar, illaiya: Raja?

Raja : periya viṭutale kaviñaru, 'Bharathiar'. avaro:ṭa pe:ruletã: inta palkalaikkaḷakõ a:rampicca:ṅka

John : periya palkalaikkaḷakama: irukkute:!

ராஜா : ஆமாம். இதில் 75 கல்லூரிகள் இருக்கின்றன. எங்கள் கல்லூரியும் அதில் ஒன்று.

ஜான் : இங்கே தமிழ்த் துறை இருக்கிறதா? ஒரு நாள் இங்கே வர வேண்டும்.

ராஜா : சரி, உங்களைத் தமிழ்த் துறைக்கு அடுத்த மாதம் அழைத்து வருகிறேன். என் நண்பர் ஒருவர் அந்தத் துறையில் ஆராய்ச்சி செய்கிறார்.

மூவரும் வெளியே வருகிறார்கள்

ராஜா : அதோ! அங்கு தெரிகிறதே! அதுதான் மருதமலை. இங்கே இருந்து மூன்று மைல்தூரம். மலைமேல் 'முருகன்' கோயில் இருக்கிறது.

ஜான் : 'முருகன்' தமிழ்க் கடவுள், இல்லையா?

ராஜா : ஆமாம், 'முருகு' என்றால் அழகு என்று பொருள். இந்த மலையில் இருளர் என்ற பழங்குடி மக்கள் சிலர் வாழ்கிறார்கள்.

மேரி : இப்பொழுது இங்கிருந்து நேராகப் பேரூர் போனால், நேரம் சரியாக இருக்கும்.

ராஜா : ஆமாம், அங்கேதான் இப்பொழுது போகிறோம். பேரூர் கோவில் பழைய கோவில். பத்தாம் நூற்றாண்டில் கட்டப்பட்டது.

பேரூர் சிவன் கோவிலில்

ஜான் : கோவிலில் பல சிற்பங்கள் மிக அழகாக இருக்கிறது, இல்லையா!

மேரி : கோவில் சுவரில் கல்வெட்டுகள் இருக்கின்றன, பார்! ஜான்!

ராஜா : இந்தக் கல்வெட்டுகள் எல்லாம் அச்சில் புத்தகமாக வந்துள்ளன. வரலாறு, பண்பாடு போன்ற பல செய்திகள் இதிலிருந்து கிடைக்கின்றன.

ஜான் : சரி,நேரம் இப்பொழுது ஏழு மணி. நாம் புறப்படலாமா?

ராஜா : புறப்படலாம். இப்பொழுது புறப்பட்டால், ஒரு மணி நேரத்தில் விருந்தகம் சென்று சேரமுடியும். போகலாமா?

Raja : a:mã:. itule eḻuvatti añcu kallu:riṅka irukkutu. eṅka kallu:riyũ atule onnu.

John : iṅke tamiḻ toṟe irukkuta:? oru ṉa:ḷu iṅke varaṇũ

Raja : sari, uṅkaḷe tamiḻ toṟekki aṭutta ma:sõ ku:ṭṭi-kiṭṭu varrẽ. enno:ṭa ṉaṇpar oruttaru aṉta toṟeyle a:ra:ycci seyra:ru

mu:ṇu pe:rũ veḷiye varra:ṅka

Raja : ato:! aṅke teriyute:! atutã: maruta male. iṅke iruṉtu mu:ṇu mailu tu:rõ. male me:le 'Murugan' ko:yilu irukkutu.

John : 'Murugan' tamiḻ kaṭavuḷu, illaiya:?

Raja : a:mã:, 'muruku' appaṭi:nna: 'aḻaku' appaṭi:nnu arttõ. iṉta malaiyile iruḷaru appaṭi:ṅkra paḻaṅkuṭi janaṅka koñcõ pe:ru kuṭiyirukkra:ṅka.

Mary : ippo, iṅke iruṉtu ṉe:ra: pe:ru:r po:na: ṉe:rõ rompa sariya: irukkũ.

Raja : a:mã:, aṅke-tã: ippo po:rõ. pe:ru:r ko:yilu rompa paḻaiya ko:yilu. pattã: ṉu:ṟṟa:ṇṭule kaṭṭunatu.

Perur 'Sivan' ko:yille

John : ko:yille pala siṟpaṅka rompa aḻaka: irukkutu, illaiya:?

Mary : ko:yil sevuttule kalveṭṭuṅka irukkutu, pa:ru, John!

Raja : iṉta kalveṭṭuṅka ellã: accule pustakama: vaṉtirukkutu. sarittirõ, ṉa:karikõ itu ma:tiri pala višayaṅka ituleruṉtu keṭaikkitu.

John : sari, ṉe:rõ ippo e:ḻu maṇi. ṉa:ma poṟappaṭala:ma:?

Raja : poṟappaṭalã:. ippo poṟappaṭṭa:, oru maṇi ṉe:rattule 'guest house' po:yi se:ra muṭiyũ, po:la:ma:?

மேரி : எனக்குத் தாகமாக உள்ளது. இளநீர் சாப்பிடலாமா?

ராஜா : வாருங்கள். அதோ! அங்கே இளநீர்க் கடை உள்ளது. சாப்பிடலாம்.

மூவரும் இளநீர் சாப்பிடுகிறார்கள்

ஜான் : நல்லது. இன்று நல்ல சுற்றுலா. மறக்க முடியாத நாள், இல்லையா?

மேரி : உண்மைதான். சில முக்கியமான இடங்களைப் பார்த்தோம். ராஜாவுக்கு நன்றி சொல்ல வேண்டும்.

ராஜா : ஓ! மிகவும் சந்தோஷம். போகலாமா?

ஜான் &
மேரி : போகலாம். டிரைவர்! புறப்படுங்கள், போகலாம்.

உரையாடல் - 7

ஜான் - பேராசிரியர் மணி - தமிழ்த்துறை ஆசிரியர்கள் : துறையில் உரையாடுதல்

மணி : வாருங்கள்! ஜான். சௌக்கியமா? சுற்றுலா எப்படி இருந்தது?

ஜான் : சௌக்கியமாக இருக்கிறேன். எங்களுடைய சுற்றுலா மிக நன்றாக இருந்தது. பல இடங்களை ரசித்துப் பார்த்தோம். அதுக்கு உங்களுக்கும் ராஜாவுக்கும் மிகவும் நன்றி.

மணி : எங்களுடைய துறையில் பத்து ஆசிரியர்கள் இருக்கிறார்கள். பதினைந்து ஆய்வாளர்கள் உள்ளார்கள். சுமார் ஆயிரம் மாணவர்கள் தமிழ் படிக்கிறார்கள். ராமு! நம்முடைய ஆசிரியர்களை என்னுடைய அறைக்கு வரச் சொல்!

ராமு : இதோ! இப்பொழுதே கூப்பிட்டு வருகிறேன், ஐயா!

சில ஆசிரியர்கள் வர, அவர்களை மணி வரவேற்கிறார்

மணி : எல்லோரும் வாருங்கள்! இவர் மிஸ்டர் ஜான். இவர் அமெரிக்காவிலிருந்து வந்திருக்கிறார். நம்முடைய துறையில் இந்த ஆண்டு தமிழ் படிக்க வந்துள்ளார். அமெரிக்காவில் தமிழ் ஆராய்ச்சி செய்கிறார்.

Mary : enakku ta:kama: irukkutu el̲ani:r sa:ppuṭala:ma:?

Raja : va:ṅka! ato:! aṅke eḷani:r kaṭe irukkutu, sa:ppuṭalā:

mu:ṇu pe:rū eḷani:r sa:ppuṭra:ṅka

John : n̲allatu. innaikki n̲alla suttula: mar̲akka muṭiya:ta n̲a:ḷu itu, illaiya:?

Mary : uṇmetā:. sela mukkiyama:na eṭaṅkaḷe pa:ttō. ra:ja:vukku rompa n̲anr̲i sollaṇū.

Raja : o:! rompa san̲to:šō. appo, po:la:ma:?

John & Mary : po:lā:. 'Driver'! por̲appaṭuṅka, po:lā:.

Conversation - 7

John, Prof.Mani mar̲r̲um tamil̲ tor̲e a:siriyaruṅka - tor̲aiyile uraiya:ṭutal

Mani : va:ṅka, John! saukkiyama:? suttula: eppaṭi irun̲tatu?

John : saukkiyama: irukkrē. eṅkaḷo:ṭa suttula: rompa n̲alla: irun̲tatu. pala eṭaṅkaḷe rasicci pa:ttō. atukka:ka uṅkaḷukkū ra:ja:vukkū rompa n̲anr̲iṅka

Mani : eṅkaḷo:ṭa tor̲eyile pattu a:siriyaruṅka irukkra:ṅka. patanañcu a:ra:ycci ma:ṇavaṅka irukkra:ṅka. suma:r a:yrō ma:ṇavaṅka tamil̲ paṭikkra:ṅka. Ramu! n̲amma va:ttiya:ruṅkaḷe enno:ṭa ar̲aikki varaccollu!

Ramu : ito:! ippave: ku:ṭṭikiṭṭu varrē, aiya:!

sela a:siriyaruṅka varra:ṅka. avaṅkaḷe maṇi varave:r̲kra:ru

Mani : ella:rū va:ṅka. ivaru Mr. John. ivaru America-vulerun̲tu van̲tirukkra:ru. n̲ammo:ṭa tor̲eyile in̲ta varušō tamil̲ paṭikka van̲tu irukkra:ru. America - vule tamil̲ a:ra:ycci seyra:ru

ரவி : மிஸ்டர். ஜான்! உங்கள் ஆராய்ச்சி எதைப் பற்றி என்று சொல்லுங்களேன்!

ஜான் : தமிழை இரண்டாம் மொழியாகக் கற்பித்தல் தொடர்பானது என்னுடைய ஆராய்ச்சி. ஒரு வகையில் மொழி அமைப்பு தொடர்பானது என்று சொல்லலாம். எனக்கு, ஓரளவுக்குத் தமிழ் தெரியும். இருந்தாலும், இன்னும் நன்கு படிக்க வேண்டும் என்பது என் விருப்பம்.

சண்முகம் : உங்களுக்கு இலக்கணம், இலக்கியம் இரண்டையும் அதில் முக்கிய மானவைகளைச் சொல்லிக்கொடுக்கிறோம். சரிதானே!

ஜான் : ஆமாம், குறிப்பாகத் தொல்காப்பியம், நன்னூல், சங்க இலக்கியம், காப்பியங்கள் இவைகளை நான் அதிகமாகப் படிக்க விரும்புகிறேன்.

மணி : மிகவும் மகிழ்ச்சி. உங்களுக்கு, சண்முகம் இலக்கணம் சொல்லித் தருவார். ரவி இலக்கியம் சொல்லித் தருவார். நான் உங்களுக்குச் சிலப்பதிகாரமும் மணிமேகலையும் சொல்லிக் கொடுக்கிறேன். போதுமா?

ஜான் : ஓ! தாராளமாக! போதுமானது. நாளையே வகுப்புக்கு வரலாமா?

மணி : என்ன ரவி- சண்முகம்! நாளைக்கு ஜான் வரலாமா? சொல்லுங்கள்!

சண்முகம் &
ரவி : ஓ! நாளைக்கு வரட்டுமே! வாரத்தில் 2 நாட்கள் இலக்கணம், 2 நாட்கள் இலக்கியம், ஒரு நாள் காப்பியம் சொல்லிக் கொடுக்கலாம்.

ஜான் : தமிழ் படிப்பதோடு, இங்கே நான் என் ஆராய்ச்சிக்குக் களப்பணியும் செய்ய வேண்டும்.

சண்முகம் : நீங்கள் ஏதாவது ஆராய்ச்சித் திட்டம் செய்கிறீர்களா?

ஜான் : தற்காலத் தமிழ்ப் பேச்சு வழக்கு பற்றி ஒரு திட்டம் மேற்கொண்டு செய்து வருகிறேன்.

ரவி : இங்கே, எங்கள் ஆய்வாளர்கள் சிலரும் இந்தப் பிரிவில் ஆராய்ச்சி செய்கிறார்கள். எனவே, நீங்கள் அவர்களுடைய உதவியைப் பெற்று, களப்பணி செய்வது நல்லது.

Ravi : Mr.John! uṅka a:ra:ycci ete pattinnu solluṅkaḷē:.

John : tamil̲e reṇṭa:vatu mol̲iya: sollikkoṭukkratu pattiyatu enno:ṭa a:ra:ycci. oru vakaiyile itu mol̲i samman̲tama:natu. enakku koñcõ tamil̲ teriyũ. irun̲ta:lũ innũ n̲alla: paṭikkaṇũ appaṭiṅkratu enno:ṭa viruppõ.

Shanmugam : uṅkaḷukku ilakkaṇõ, ilakkiyõ reṇṭaiyũ, atule mukkiyama:nate sollikkoṭukkrõ, sarita:ne:!

John : a:mã:, kur̲ippa: tolka:ppiyõ, n̲annu:l, saṅka ilakkiyõ, ka:ppiyõ ite-patti ellã: n̲ã: atikama: paṭikka virumpurē.

Mani : rompa makil̲cci. uṅkaḷukku Shanmugam ilakkaṇõ sollittaruva:ru. Ravi ilakkiyõ sollittaruva:ru. n̲ã: uṅkaḷukku cilappatika:rõ, maṇime:kale reṇṭaiyũ sollikkuṭukkrē. po:tuma:?

John : o:! ta:ra:ḷama:! po:tũ. n̲a:ḷaikke: vakuppukku varala:ma:?

Mani : enna Dr. Ravi - Dr. Shanmugam! n̲a:ḷaikki John vakuppukku varala:ma:? solluṅka.

Shanmugam & Ravi : o:! n̲a:ḷaikki varaṭṭume:! va:rattule reṇṭu n̲a:ḷu ilakkaṇõ, reṇṭu n̲a:ḷu ilakkiyõ, oru n̲a:ḷu ka:ppiyõ sollikkuṭukkalã:.

John : tamil̲ paṭikkrato:ṭa, iṅke n̲ã: enno:ṭa a:ra:yccikki kaḷappaṇiyũ ('field work') seyyaṇũ.

Shanmugam : n̲i:ṅka e:ta:vatu a:ra:ycci tiṭṭõ seyri:ṅkaḷa:?

John : tar̲ka:la tamil̲ pe:ccu val̲akku patti oru tiṭṭõ eṭuttu señcikiṭṭu varrē

Ravi : iṅke, eṅka a:ra:yccíya:ḷaruṅka selaru in̲ta pirivule a:ra:ycci seyra:ṅka. atana:le n̲i:ṅka, avaṅka utaviyo:ṭa kaḷappaṇi seyratu n̲allatu.

ஜான் : அவர்களை எனக்கு அறிமுகப்படுத்த முடியுமா?

மணி : ராமு! நம்முடைய முருகனையும் சாமியையும் அழைத்து வாயேன்!

ராமு அவர்கள் இருவரையும் அழைத்து வருகிறார்

மணி : முருகன்!, சாமி! - இவர் மிஸ்டர். ஜான், அமெரிக்க ஆராய்ச்சியாளர். இவருக்குக் களப்பணி செய்ய நீங்கள் இருவரும் உதவுங்கள். என்ன? சரியா?

சாமி & முருகன் : அப்படியே உதவுகிறோம். அவருடைய தேவையைத் தெரிந்துகொண்டு அதுபோல உதவுகிறோம், ஐயா!

மணி : ஜான், நீங்கள் பிறகு அவர்களோடு கலந்து பேசி, முடிவு செய்யுங்கள். அதுதான் உங்களுக்கு மிகவும் நல்லது. சீக்கிரமாகவும் வேலை முடியும். சரிதானே!

ஜான் : சரிங்கள்! நான் அப்படியே செய்கிறேன். நான் அறைக்குப் போய், நாளை வருகிறேன். வணக்கம்.

மணி : சரி, போய் வாருங்கள்! நாளை வகுப்பில் சந்திப்போம்.

உரையாடல் - 8

மேரி-ராஜா-உஷா-மீனா ஆகியோர் உரையாடுதல் : இசைத்துறையில்

ராஜா, மேரியை அழைத்துக்கொண்டு கல்லூரி இசைத்துறைக்குப் போகிறார்-அங்கே

ராஜா : வாருங்கள், மேரி! உள்ளே போகலாம். இதுதான் இசைத்துறை, எங்கள் துறை.

மேரி : ஓ! அப்படியா? அப்படியே பழைய பண்பாட்டைக் காட்டுவது போலவே கட்டட அமைப்பு இருக்கிறதே!

ராஜா : ஆமாம்! அது என்னவோ உண்மைதான். வாருங்கள்! முதலில் இசைத்துறைப் பேராசிரியரைப் பார்ப்போம்.

பேராசிரியருடைய அறையில் உரையாடுகிறார்கள்

John : avaṅkaḷe enakku ar̲imukõ seytu vaikka muṭiyuma:?

Mani : Ramu! namma Murugan-aiyũ Samy-aiyũ ku:ṭṭikiṭṭu va:yẽ:

Ramu, avaṅka reṇṭu pe:raiyũ ku:ṭṭikiṭṭu varra:ru

Mani : Murugan! Samy! ivaru Mr. John. America a:ra:ycciya:ḷaru. ivarukku kaḷappaṇi seyya n̲i:ṅka reṇṭu pe:rũ utavuṅka. enna, sariya:?

Samy & Murugan : appaṭiye: utavurõ. avaro:ṭa te:veyepatti teriñcu-kiṭṭu atu po:la utavurõ, aiya:!

Mani : John! n̲i:ṅka per̲aku avaṅkaḷo:ṭa kalan̲tu pe:si, muṭivu seyyuṅka. atutã: uṅkaḷukku rompa n̲allatu. si:kkrõ ve:le muṭiyũ. sarita:ne:.

John : sariṅka! n̲ã: appaṭiye: seyrẽ. n̲ã: ippo ar̲aikki po:yi, n̲a:ḷaikki varrẽ. vaṇakkõ.

Mani : sari! po:yiṭṭu va:ṅka. n̲a:ḷaikki vakuppule pa:ppõ.

Conversation - 8

Mary - Raja - Usha - Meena uraiya:ṭutal: Isetor̲aiyile

Raja, Mary-e al̲aiccikiṭṭu kallu:ri ise tor̲ekki po:r̲a:ru - aṅke

Raja : va:ṅka, Mary! uḷḷe po:lã:. itutã: ise tor̲e. eṅka tor̲e.

Mary : o:! appaṭiya:? pal̲aiya paṇpa:ṭṭe appaṭiye: ka:ṭṭra ma:tiri kaṭṭaṭa amaippu irukkute:!

Raja : a:mã:, atu ennavo: uṇmetã:. va:ṅka! motalle ise tur̲e pe:ra:siriyare pa:ppõ

pe:ra:siriyaro:ṭa ar̲aiyile uraiya:ṭra:ṅka

ராஜா : வணக்கம்! இவர்கள் மேரி, அமெரிக்காவில் இருந்து வந்திருக்கிறார். இங்கே நம்முடைய துறையில் தமிழ் இசை படிக்கப் பதிவுசெய்து இருக்கிறார்.

மேரி : வணக்கம். என் பெயர் மேரி. நான் இசை ஆராய்ச்சி செய்கிறேன். இங்கே ஒன்பது மாதம் தமிழ் இசை படிக்க வேண்டும். உதவுவீர்களா?

உஷா : ஓ! மிகவும் மகிழ்ச்சி. அதற்கென்ன? தாராளமாக வந்து படியுங்கள். இங்கே எல்லா வசதியும் இருக்கிறது. உங்களுக்கு வாய்ப்பாட்டு, வாத்திய இசை, நாட்டுப்புற இசை எல்லாம் சொல்லித் தருகிறோம். சரிதானே?

மேரி : மிகவும் நல்லது. எனக்கு இதை எல்லாம் படிக்க நீண்ட நாட்களாக ஆசை.

ராஜா : இவர்கள் அங்கே இசைத் துறையில் ஒப்புமை ஆராய்ச்சி செய்கிறார்களாம்.

உஷா : அப்படி என்றால் நம்முடைய துறை இவருக்கு மிகவும் பயன்படும், அப்படித்தானே?

மேரி : ஆமாம்! அதனால்தான் நான் உங்கள் துறையைத் தேர்ந்தெடுத்தேன்.

உஷா : எங்கே தங்கி இருக்கிறீர்கள்? பக்கத்தில் இருந்தால் நல்லது. ஏனெனில் நாங்கள் காலையில் எட்டு மணிக்கே சில பாடங்களைத் தொடங்கி விடுவோம்.

மேரி : நான் சரியாக எட்டு மணிக்கு கல்லூரிக்கு வந்துவிடுவேன். நான் இங்கே பக்கத்தில் இருக்கிற விருந்தகத்தில்தான் தங்கி இருக்கிறேன். கஷ்டம் இல்லை. எனக்கு முதலில் தமிழ் வாய்ப்பாட்டும் வீணையும் படிக்க வேண்டும். பிறகு ஆராய்ச்சி தொடர்பாகச் சிறிது உதவி வேண்டும். அவ்வளவுதான்.

உஷா : வாய்ப்பாட்டை நானே உங்களுக்குச் சொல்லித் தருகிறேன். வீணையை எங்கள் ஆசிரியை திருமதி. மீனா சொல்லித் தருவார், சரியா?

அப்பொழுது திருமதி. மீனா அங்கே வருகிறார்

உஷா : வாருங்கள், மீனா! இந்தப்பெண் அமெரிக்கா. மேரி என்று பெயர். நம்மிடம் படிக்க வந்திருக்கிறார். தினமும் ஒரு மணி நேரம் வீணை வாசிக்க இவருக்குப் பழகிக் கொடுங்கள். அது போதும்.

Raja : vaṇakkaṅka! ivaṅka, Mary! America - vulerun̲tu van̲tirukkra:ṅka. iṅke n̲ammo:ṭa tor̲eyile tamil̲ ise paṭikka pativupaṇṇi irukkra:ṅka.

Mary : vaṇakkõ. ẽ: pe:ru Mary. n̲ã: ise a:ra:ycci paṇrẽ. iṅke ompatu ma:sõ tamil̲ ise paṭikkaṇũ. utavuvi:ṅkaḷa:?

Usha : o:! rompa san̲to:šo! atukkenna! ta:ra:ḷama: van̲tu paṭiṅka. iṅke ella: vasatiyũ irukkutu. uṅkaḷukku va:y pa:ṭṭu, va:ttiya ise, n̲a:ṭṭuppur̲a ise ellã: sollittarrõ, sarita:ne:?

Mary : rompa n̲allatu. enakku itellã: paṭikka rompa n̲a:ḷa: a:se.

Raja : ivaka iseyle oppume a:ra:ycci seyra:ṅkaḷã:, aṅke

Usha : appo, n̲amma tor̲e ivaṅkaḷukku rompa payanpaṭũ, appaṭitta:ne:

Mary : a:mã:! atana:le-tã: n̲ã: uṅka tor̲eye te:rn̲teṭuttẽ

Usha : eṅke taṅki irukkri:ṅka. pakkattule irun̲ta: n̲allatu. e:nna:, n̲a:ṅka ka:laiyile eṭṭu maṇikke: sela pa:ṭaṅkaḷe toṭaṅkiṭuvõ.

Mary : n̲ã: sariya: eṭṭu maṇikki kallu:rikki van̲tuṭuvẽ. n̲ã: iṅke irukkra virun̲takattule-tã: taṅki irukkrẽ. kaṣṭamille. enakku motalle, tamil̲ va:y pa:ṭṭũ vi:ṇeyũ paṭikkaṇũ. per̲aku a:ra:ycci samman̲ tama: koñcõ utavi ve:ṇũ. avvaḷavutã:

Usha : va:y pa:ṭṭe n̲a:ne: uṅkaḷukku sollikkuṭukkrẽ. vi:ṇeye eṅka a:siriye, Meena sollikkuṭuppa:ṅka. sariya:?

Meena appo aṅke varra:ṅka

Usha : va:ṅka, Meena! in̲ta poṇṇu America, Mary-nnu pe:ru. n̲ammakiṭṭe paṭikka van̲tirukkra:ṅka. n̲i:ṅka tinamũ oru maṇi n̲e:rõ vi:ṇe va:sikka paḻaki kuṭuṅka. atu po:tũ.

மீனா : இன்று வேறு ஐந்துபேர் வீணை வகுப்பில் சேர்ந்து இருக்கிறார்கள். அதனால், அவர்களோடு, தினமும் இவருக்கும் சொல்லித் தருகிறேன். வீணை வகுப்பு காலையில் 9.30 மணிக்கு இருக்கிறது. ஒரு மணி நேரம் அந்த வகுப்பு நடக்கும். சரியாக வந்துவிடுங்கள்.

மேரி : அப்பொழுது, நாளைக்குக் காலையில் நிச்சயம் சரியான நேரத்துக்கு வீணை வகுப்புக்கு வந்துவிடுகிறேன். சரிங்களா?

மீனா : சரி, மேரி! அப்பொழுது, நாளைக்குச் சந்திப்போம், என்ன?

ராஜா : மேரி! இங்கே பத்து ஆராய்ச்சியாளர்கள் இருக்கிறார்கள். அவர்களைச் சந்திக்கிறீர்களா?

மேரி : முதலில், ஒப்பாராய்ச்சி செய்கிறவர்களைச் சந்தித்தால் நல்லது.

ராஜா : அதுவும் சரிதான்! அப்பொழுது, இன்று வள்ளி, கமலா என்ற இரண்டு பேரையும் பார்ப்போம்.

ராஜா, மேரியை ஆராய்ச்சியாளர் அறைக்கு அழைத்துப் போகிறார்.

ராஜா : இவர்கள் மேரி! அமெரிக்க ஆராய்ச்சியாளர். நம்மோடு ஒன்பது மாதங்கள் இருக்கப் போகிறார். உங்கள் இரண்டு பேரையும் சந்தித்துப் பேச விரும்புகிறார்.

வள்ளி & கமலா (இருவரும்)
: சரி! எங்களுக்கு இப்பொழுது வகுப்பு இல்லை. அதனால் இப்பொழுதே பேசலாம்.

மேரி : மிகவும் மகிழ்ச்சி. அப்படியே செய்வோம். உட்காருங்கள்.

ராஜா : அப்பொழுது, நீங்கள் இவர்களோடு பேசிக்கொண்டிருங்கள். நான் ஒரு மணிக்குத் திரும்ப வருகிறேன். அப்புறம் உங்கள் விருந்தகத்துக்குப் போகலாம்.

மேரி : சரி, ராஜா! நீங்கள் போய்விட்டு வாருங்கள். நான் ஒரு மணிக்கு "ready"-ஆக இருக்கிறேன். நீங்கள் வந்ததும் நாம் போகலாம். O.K.

ராஜா : O.K! பிறகு பார்ப்போம். நன்றி.

Meena : innaikki ve:ṟe añcu pe:ru vi:ṇe vakuppule se:ṉtu irukkra:ṅka. atana:le avaṅkaḷo:ṭa tinamũ, ivaṅkaḷukkũ sollittarrẽ. vi:ṇe vakuppu ka:laiyile 9.30 maṇikki irukkutu. oru maṇi ṉe:rõ anta vakuppu naṭakkũ. sariya: vaṉtuṭuṅka.

Mary : appo, ṉa:ḷaikki ka:laiyile ṉiccayõ sariya:na ṉe:rattukku vi:ṇe vakuppukku vaṉtuṭrẽ, sarinkaḷa:?

Meena : sari, Mary! appo, ṉa:ḷaikki saṉtippõ, enna?

Raja : Mary! iṅke pattu a:ra:ycci ma:ṇavaṅka irukkra:ṅka. avaṅkaḷe saṉtikkri:ṅkaḷa:?

Mary : motalle oppu a:ra:ycci seyravaṅkaḷe saṉticca: ṉallatu

Raja : atuvũ saritã:! appo, innaikki Valli, Kamala reṇṭu pe:raiyũ pa:ppõ

Raja, Mary-e a:ra:ycciya:ḷaruṅke aṟaikki ku:ṭṭippo:ra:ru, aṅke

Raja : ivaṅka, Mary. America a:ra:ycciya:ḷaru. ṉammaḷo:ṭa ompatu ma:sõ irukka po:ra:ṅka. uṅka reṇṭu pe:raiyũ pa:ttu pe:sa virumpura:ṅka.

Valli & Kamala (both)
: sari! eṅkaḷukku ippo vakuppu ille. atana:le ippave: pe:salã:

Mary : rompa makiḻcci, appaṭiye: seyvõ. okka:ruṅka.

Raja : appo, ṉi:ṅka ivaṅkaḷo:ṭa pe:sikiṭṭu iruṅka. ṉã: oru maṇikki tirumpa varrẽ. appuṟõ, uṅka viruṉtakattukku po:lã:.

Mary : sari, Raja! ṉi:ṅka po:yiṭṭu va:ṅka. ṉã: oru maṇikki 'ready'-a: irukkrẽ. ṉi:ṅka vaṉtatũ ṉa:ma po:lã:. O.K.?

Raja : O.K.! peṟaku pa:ppõ. ṉaṉṟi.

உரையாடல் - 9

மணி, ஜான், மேரி, ராஜா, உஷா, மீனா ஆகியோர் பேராசிரியர் மணி வீட்டுக்கு விருந்துக்கு வருகிறார்கள்-அப்பொழுது நடைபெறும் உரையாடல்.

மணி : எல்லோருக்கும் வணக்கம்! வாருங்கள்! உள்ளே! எல்லோரும் எப்படி இருக்கிறீர்கள்? உட்காருங்கள்.

ஜான், மேரி & மற்றவர்கள்
: வணக்கம்! பேராசிரியர், ஐயா! நாங்கள் சௌக்கியம். நீங்கள் நலமாக இருக்கிறீர்களா?

மணி : ஓ! நலமாக இருக்கிறேன். கண்ணகி! இவர்கள் எல்லாம் வந்துள்ளார்கள். கொஞ்சம் வாயேன்!

கண்ணகி : (வெளியே வந்து) வாருங்கள்! வாருங்கள்! வணக்கம். உங்களைப்பற்றி நிறைய கேள்விப்பட்டேன். இருங்கள்! இதோ! ஒரு நிமிஷத்தில் வந்து விடுகிறேன்.

உள்ளே போகிறார், கண்ணகி

மணி : நீங்கள் எல்லோரும் இன்று எங்கள் வீட்டுக்கும் விருந்துக்கும் வந்துள்ளது எங்களுக்கு மிகவும் மகிழ்ச்சியாக இருக்கிறது.

மேரி : எங்களுக்கும் மிகவும் மகிழ்ச்சிதான். நாங்கள், இங்கே இந்த இரண்டு மாதத்தில் நிறைய படித்துக் கொண்டோம். எனக்குத் தமிழ் இசை கொஞ்சம் நன்றாகவே வருகிறது.

ஜான் : நானும் தமிழ் இலக்கியம், இலக்கணம் இப்பொழுது நன்றாகப் படிக்கிறேன். இதெல்லாம் பிறகு என்னுடைய ஆராய்ச்சி, 'teaching' இதுக்கெல்லாம் மிகவும் உதவியாக இருக்கும். இந்தக் கல்லூரிக்கு எங்களுடைய நன்றி.

கண்ணகி : சாப்பாடு தயாராக இருக்கிறது. எல்லோருக்கும் முதலில் தக்காளி சூப்பு தரட்டுமா?

ஜான் & மேரி : ஓ! கொடுங்களேன்! எங்களுக்குத் தக்காளி சூப்பு மிகவும் பிடிக்கும்.

மணி : எங்கள் வீட்டில் 'Vegetarian' (சைவ) சாப்பாடு தான்.

Conversation - 9

John, Mary, Raja, Usha, Meena a:kiyo:r pe:ra:siriyar Mani vi:ṭṭukku viruṉtukku varra:ṅka - appo ṉaṭakkra uraiya:ṭal

Mani : ẽlla:rukkũ vaṇakkõ! va:ṅka, uḷḷe! ella:rũ eppaṭi irukkri:ṅka? okka:ruṅka.

John, Mary & others : vaṇakkõ, pe:ra:siriyar aiya:! ṉa:ṅka saukkiyõ. ṉi:ṅka ṉalla: irukkri:ṅkaḷa:?

Mani : o:! ṉalla: irukkrẽ. Kannahi! ivaṅka ellã: vaṉtirukkra:ṅka! koñcõ va:yẽ:!

Kannahi : (veḷiye vaṉtu) va:ṅka! va:ṅka! ella:rukkũ vaṇakkõ. uṅkaḷe-patti ṉeraya ke:ḷvippaṭṭẽ. iruṅka, ito: oru ṉimišattule vaṉtuṭrẽ.

uḷḷe po:ra:ṅka, Kannahi

Mani : ṉi:ṅka ellã: innaikki eṅka vi:ṭṭukkũ viruṉtukkũ vaṉtatu eṅkaḷukku rompa makiḻcciya: irukkutu.

Mary : eṅkaḷukkũ rompa makiḻcci-tã:. ṉa:ṅka, iṅke iṉta reṇṭu ma:sattule ṉeraya paṭiccukiṭṭõ. enakku tamiḻ ise koñcõ ṉalla:ve: varutu

John : ṉa:nũ tamiḻ ilakkiyõ, ilakkaṇõ ippo ṉalla: paṭikkrẽ. itellã: pinna:ṭi enno:ṭa a:ra:ycci, 'teaching' itukkellã: rompa utaviya: irukkũ. iṉta kallu:rikki eṅkaḷo:ṭa ṉanṟi.

Kannahi : sa:ppa:ṭu taya:ra: irukkutu. ella:rukkũ motalle takka:ḷi su:ppu taraṭṭuma:?

John & Mary : o:! kuṭuṅkaḷẽ:! eṅkaḷukku takka:ḷi su:ppu rompa piṭikkũ

Mani : eṅka vi:ṭṭule 'vegetarian' sa:ppa:ṭu-tã:

ஜான் : நாங்கள் இங்கே வந்த பிறகு 'vegetarian' சாப்பாடுதான் அதிகமாகச் சாப்பிடுகிறோம். உங்களுடைய இட்லி-சம்பார், பிரமாதம் போங்கள்.

மேரி : ஏன்? தோசை, சட்னி, மோர்க்குழம்பு, அவியல் எல்லாமே மிகவும் நன்றாகத்தான் இருக்கிறது!

உஷா : பரவாயில்லையே! எல்லாப் பெயர்களையும் நன்றாகத் தெரிந்து வைத்திருக்கிறீர்கள்.

மீனா : மேரி! நீங்கள், வெளியே ('Hotel'-இல்) அடிக்கடி சாப்பிடப் போவீர்களா?

மேரி : இல்லை. எல்லாம் விருந்தகத்தில் கிடைக்கிறதே! எப்பொழுதாவதுதான் வெளியே சாப்பிடப் போவோம்.

ராஜா : போன வாரம் உடுப்பி 'கிருஷ்ண பவன்' போனோம். இவர்கள் 'Mysore Pauk' விரும்பி சாப்பிட்டார்கள். வடையும் இவர்களுக்குப் பிடிக்கிறது.

கண்ணகி : எல்லோரும் உள்ளே வாருங்கள்! கை கழுவிக் கொள்ளுங்கள்! சாப்பிடலாம்.

மேரி : ஓ! நாங்கள் தயார்! சாப்பிடலாமே!

மணி : இந்த மேசையில் எல்லாம் வைத்து இருக்கிறோம். பொங்கல், இட்லி, சாம்பார், தோசை, சோறு, வடை, ரசம், தயிர், அப்பளம், ஊறுகாய், மோர்க்குழம்பு எல்லாம் இருக்கின்றன. உங்களுக்கு வேண்டியதை எடுத்து நன்றாக சாப்பிடுங்கள்!

எல்லோரும் ஒவ்வொருவராக எடுத்துக் கொண்டு, சாப்பிடுகிறார்கள்

ராஜா : பேராசிரியர் வீட்டுச் சாப்பாடு எப்பொழுதும் மிகவும் நன்றாக இருக்கும் அதோடு அவர்கள் காட்டுகிற அன்புதான் முக்கியம்.

உஷா : பேராசிரியர் மணிக்கு மாணவர்களுடைய ஆதரவு அதிகம். நல்ல மதிப்பு. அவர் சொன்னால், எல்லோரும் கேட்பார்கள்.

ஜான் : அதுக்கு ஒரு தனித் திறமை வேண்டும் அது ஐயாவிடம் இருக்கிறது. அதில் சந்தேகம் இல்லை.

மேரி : பேராசிரியரை எல்லோரும் பாராட்டிப் பேசுவதை நானும் கேட்டிருக்கிறேன்.

John : ṉa:ṅka iṅke vaṉta peṟaku 'vegetarian' sa:ppa:ṭu-tã: atikama: sa:ppuṭrõ. uṅka iṭḷi - sa:mpa:r prama:tõ, po:ṅka.

Mary : ẽ:! do:se, caṭṇi, mo:r koḻampu, aviyal ellã: rompa ṉalla:-tã: irukkutu.

Usha : parava:yillaiye:! ella: pe:raiyũ ṉalla: teriñcu vaccirukkri:ṅka.

Meena : Mary! ṉi:ṅka, veḷiye aṭikkaṭi sa:ppuṭa po:vi:nkaḷa:?

Mary : ille! ellã: 'guest house'-le keṭaikkute:! eppava:vatu-tã: veḷiye sa:ppuṭa po:võ

Raja : po:na va:rõ 'Udüppi Krishna Bhavan' po:nõ. ivaṅka, 'Mysore Pauk' virumpi sa:ppuṭṭa:ṅka. vaṭeyũ piṭikkutu, ivaṅkaḷukku.

Kannahi : ella:rũ uḷḷe va:ṅka! kai kaḻuvikiṅka. sa:ppuṭalã:.

Mary : o:! ṉa:ṅka 'ready'. sa:ppuṭala:me:

Mani : iṉta me:saiḷe ellã: vaccirukkrõ. poṅkal, iṭḷi, sa:mpa:r, do:se, so:ṟu, vaṭe, rasõ, tayir, appaḷõ, u:ruka:, mo:r koḻampu, pa:ya:sõ ellã: irukkutu. uṅkaḷukku ve:ṇṭiyate eṭuttu ṉalla: sa:ppuṭuṅka

ella:rũ ovvoruvara: eṭuttu sa:ppuṭra:ṅka

Raja : pe:ra:siriyar vi:ṭṭu sa:ppa:ṭu eppavũ rompa ṉalla: irukkũ. ato:ṭa avaṅka ka:ṭṭra anpu-tã: mukkiyõ

Usha : pe:ra:siriyar Mani-kki ma:ṇavaṅkaḷo:ṭa a:taravu atikõ, ṉalla matippu. avaru sonna: ella:rũ ke:ppa:ṅka.

John : atukku oru tani teṟame ve:ṇũ. atu aiya:-kiṭṭe irukkutu. atule saṉte:kõ ille

Mary : pe:ra:siriyare, ella:rũ pa:ra:ṭṭi pe:sarate ṉa:nũ ke:ṭṭirukkrẽ

மணி : உலகத்தில் 'அன்பு' மிக முக்கியமானது. எனக்குச் சிறு வயதிலிருந்தே இதுமாதிரி இருந்து பழகிப் போய்விட்டது.

மேரி : உங்கள் குழந்தைகள்/பிள்ளைகள் எங்கே! பார்க்கலாமா?

மணி : அவர்கள் இரண்டுபேரும் சென்னையில் படிக்கிறார்கள். இருவரும் மருத்துவம் படிக்கிறார்கள். அவர்களுடைய தாத்தா - பாட்டி வீட்டில் இருந்து படித்து வருகிறார்கள்.

ஜான் : ஓ! அப்படியா? மிகவும் மகிழ்ச்சி.

கண்ணகி : அடுத்த மாதம் விடுமுறை. அப்பொழுது இங்கே வருவார்கள். அப்பொழுது பார்க்கலாம்.

மேரி : விருந்து பிரமாதம்! நிறையவே சாப்பிட்டோம்.

கண்ணகி : இன்னும் பாயாசம் இருக்கிறது. மோர், இருக்கிறது, பழமும் இருக்கிறது.

ஜான் : எனக்குப் பாயாசம் பிடிக்கும். மேரிக்கும் பிடிக்கும். சாப்பிடலாம்.

எல்லோரும் சாப்பிட்டு முடிக்கிறார்கள்

மணி : என்ன? எல்லோருக்கும் சாப்பாடு பிடித்திருந்ததா?

ஜான், மேரி & மற்றவர்கள்

: ஓ! சாப்பாடு 'A-1', பிரமாதம்! கண்ணகி அம்மாவுக்கு மிகவும் நன்றி. மிகவும் ருசியான சாப்பாடு.

கண்ணகி : எல்லோரும் நன்றாகச் சாப்பிட்டிருந்தால் அதுவே எங்களுக்கு மிகவும் சந்தோஷம். நேரம் கிடைக்கும்போது மறுபடியும் வாருங்கள். என்ன மேரி, உங்களைத்தான்.

மேரி : நிச்சயம் வருகிறேன். உங்களோடு கொஞ்சம் பேசவேண்டும். நீங்களும் மிக நன்றாக வீணை வாசிப்பீர்களாமே!

கண்ணகி : ஏதோ! வாசிப்பேன்! ஆமாம்! யார், சொன்னார்கள்?

மேரி : ராஜா - சொன்னார்.

Mani : ulakattule anpu mika mukkiyõ. enakku cinna vayasuleru̲n̲te: itu ma:tiri iru̲n̲tu pal̲aki po:ccu.

Mary : uṅka piḷḷaiṅka eṅke? pa:kkala:ma:?

Mani : avaṅka reṇṭupe:rũ cennaiyile paṭikkra:ṅka. reṇṭupe:rũ maruttuvõ paṭikkra:ṅka. avaṅka ta:tta:-pa:ṭṭi vi:ṭṭule iru̲n̲tu paṭikkra:ṅka.

John : o:! appaṭiya:? rompa sa̲n̲to:šõ.

Kannahi : aṭutta ma:sõ viṭumur̲e. appo, iṅke varuva:ṅka. appo pa:kkalã:

Mary : viru̲n̲tu prama:tõ. n̲er̲ayave: sa:ppuṭṭõ

Kannahi : innũ pa:ya:sõ irukkutu. mo:ru irukkutu. pal̲amũ irukkutu.

John : enakku pa:ya:sõ piṭikkũ. Mary-kkũ piṭikkũ, sa:ppuṭalã:

ella:rũ sa:ppiṭṭu muṭikkra:ṅka

Mani : enna? ella:rukkũ sa:ppa:ṭu piṭiccuta:?

John, Mary & others : o:! sa:ppa:ṭu A-1, prama:tõ. Kannahi amma:vukku rompa n̲an̲r̲i. rompa rusiya:na sa:ppa:ṭu.

Kannahi : ella:rũ n̲alla: sa:ppuṭṭiru̲n̲ta: atuve: enkaḷukku rompa sa̲n̲to:šõ. n̲e:rõ keṭaikkumpo:tu mar̲upaṭiyũ va:ṅka! enna? Mary! uṅkaḷe-tã:.

Mary : n̲iccayõ varrẽ. uṅkaḷo:ṭa koñcõ pe:saṇũ. n̲i:ṅkaḷũ vi:ṇe n̲alla: va:sippi:ṅkaḷa:me:?

Kannahi : e:to:, va:sippẽ. a:mã:, ya:ru sonna:?

Mary : Raja - sonna:ru

மணி : சரி. நீங்களெல்லாம் விருந்துக்கு வந்ததுக்கு, மிகவும் நன்றி.

உஷா & மீனா : மிகவும் நன்றி, உங்கள் இரண்டு பேருக்கும். நாங்களெல்லாம் போய் வருகிறோம்.

மணி & கண்ணகி : சரி, போய் வாருங்கள்.

உரையாடல் - 10

ஜான்-சண்முகம்-கோபால்-ராமன் ராமசாமி கவுண்டர் ஆகியோர்; களப்பணிக்குப் போகிறார்கள் : பொள்ளாச்சிக்குப் பக்கத்தில் உள்ள ஒரு சிறிய ஊரான செட்டிபாளையம் - அங்கே நடக்கிற உரையாடல்

சண்முகம் : இந்த ஊர் பெயர் செட்டிபாளையம். சிறிய ஊர். இங்கே மொத்தம் 2000 பேர் இருக்கிறார்கள்.

ஜான் : இந்த ஊரில் பேசப்படுகிற பேச்சுவழக்கைப்பற்றி படிக்க, எனக்கு கொஞ்சம் தரவு (data) வேண்டும். எடுக்கலாமா?

சண்முகம் : ஜான், உங்கள் கேள்விப் பட்டியலைக் (Questionnaire) கொடுங்கள். முதலில் கோபாலும் ராமனும் ஊருக்குள் போய், Informants-ஐ கூட்டிக் கொண்டு வரட்டும்.

ஜான் : "Informants'-க்குத் தமிழ்ச்சொல் என்ன?

சண்முகம் : நாங்கள், 'தகவலாளிகள்' அப்படி என்று சொல்வோம்.

ராமன்-கோபால் இருவரும் ஊருக்குள் போகிறார்கள் - தகவலாளிகளைத் தேடி

ராமன் : முதலில் நாம் ஊர் பஞ்சாயத்து தலைவரைப் பார்த்துக் கேட்போம். அவர் சொன்னால் யாராவது உடனே வருவார்கள்.

கோபால் : ஆமாம்! அதுதான் நல்லது. வாருங்கள், திரு.ராமசாமி கவுண்டரைப் போய்ப் பார்ப்போம்.

ராமன் : அவரை உங்களுக்குத் தெரியுமா?

Mani : sari, n̲i:ṅkellã: virun̲tukku van̲tatukku rompa, n̲an̲r̲i

Usha & Meena : rompa n̲an̲r̲i, uṅka reṇṭupe:rukkũ. n̲a:ṅkellã: po:yiṭṭu varrõ

Mani & Kannahi : sari! po:yiṭṭu va:ṅka.

Conversation - 10

John-Shanmugam-Gopal-Raman a:kiyo:r kaḷappaṇikki po:ra:ṅka - Pollachi pakkattule uḷḷa oru sinna u:ru ceṭṭipa:layam - aṅke n̲aṭakkra uraiya:ṭal

Shanmugam : inta u:r-pe:ru ceṭṭipa:layõ. sinna u:ru. iṅke mottõ reṇṭa:yrõ pe:ru irukkra:ṅka.

John : in̲ta u:rle pe:sra pe:ccu vaḻakke-patti paṭikka, enakku koñcõ 'data' ve:ṇũ. eṭukkala:ma:?

Shanmugam : John! uṅka ke:ḷvi paṭṭiyale kuṭuṅka. motalle Gopal-ũ Raman-ũ u:rukkuḷḷe po:yi 'informants'-e ku:ṭṭikiṭṭu varaṭṭũ

John : 'Informants'-ukku tamiḻ va:rtte enna?

Shanmugam : n̲a:nka, 'takavala:ḷi' appaṭi:nnu solluvõ

Raman - Gopal reṇṭupe:rũ u:rukkuḷḷe po:ra:ṅka - takavala:ḷiṅkaḷe te:ṭi

Raman : motalle n̲a:ma u:ru pañca:yattu talaivare pa:ttu ke:ppõ. avaru sonna: ya:ra:vatu oṭane: varuva:ṅka

Gopal : a:mã:! atutã: n̲allatu. va:ṅka! Ramasami Gounder-e po:yi pa:ppõ

Raman : avare uṅkaḷukku teriyuma:?

கோபால் : ஓ! நன்றாகத் தெரியும். எங்கள் அண்ணனுடைய நண்பர்தான், அவர். ஊரில் இருந்தால் நிச்சயமாக உதவுவார்.

ராமசாமி கவுண்டர் வீட்டில் இருக்கிறார். வந்த செய்தியை/காரியத்தை அவரிடம் சொல்கிறார்கள்

ராமசாமி கவுண்டர் : தம்பீ! வாருங்கள் என்ன, ஆராய்ச்சி செய்யத் தகவல் (data) வேண்டுமா? யாரெல்லாம் வேண்டும், சொல்லுங்கள்! கூப்பிட்டுக்கொண்டு வரச் சொல்கிறேன்.

ராமன் : 15-25, 26-40, 41-60 வயதுப் பிரிவுகளில், ஒவ்வொரு பிரிவுக்கும் ஐந்து பேராக, மொத்தம் பதினைந்து பேர் வேண்டும்.

அவர் உடனே தன்னுடைய ஆளை அனுப்பிப் பதினைந்து தகவலாளிகளைக் கூட்டிக் கொண்டு வரச் சொல்ல, அதுபோலவே, பதினைந்துபேர் கூட்டிவரப்படுகின்றனர்

ராமசாமி கவுண்டர் : ஏம்பா! இவர்கள் கோயமுத்தூர், அவர் அமெரிக்காகாரர். இவர்களுக்கு, நீங்கள் பேசுகிற தமிழ்பற்றி, ஏதோ வேண்டுமாம். அவர்கள் கேட்கிற கேள்விகளுக்குச் சரியாகப் பதில் சொல்லுங்கள். என்ன சரியா?

நான் இப்பொழுது கொஞ்சம் வெளியே போகிறேன். சாயுங்காலம் வருகிறேன். அதுக்குள் உங்கள் வேலையை முடிங்கள். இரவு எங்கள் வீட்டில் சாப்பிட்ட பிறகு ஊருக்குப் போகலாம் என்ன சரியா?

ராமன் : சரிங்கள்! நீங்கள் சொன்னால், அதுக்குப் பிறகு நாங்கள் எப்படி இருக்காமல் போகமுடியும். இருந்து சாப்பிட்டே போகிறோம். ஜானும் எங்களோடு இருப்பார்.

ராமசாமி கவுண்டர் வெளியே போகிறார். இவர்கள் களப்பணி தொடங்குகிறார்கள்

கோபால் : இந்தப் பட்டியலில் மொத்தம் ஐம்பது கேள்விகள் இருக்கின்றன. அதை முதலில் கேட்போம். ஜான்! ஆளுக்கு ஐந்து பேரை நாம் இன்று பேட்டி காணலாம். என்ன?

ஜான் : சரி! அப்படியே செய்யலாம். அப்பொழுதுதான் நேரத்தில் முடிக்க முடியும். நாம் எங்கேயாவது ஊருக்கு வெளியே போய், உட்கார்ந்து அவர்கள் சொல்கிறதை கொஞ்சம் எழுதுவோம். பிறகு அதை அப்படியே ஒலிப்பதிவு செய்யலாம், சரியா?

Gopal : o:! n̲alla: teriyũ. eṅka aṇṇano:ṭa n̲aṇparutã:, avaru. u:rle irun̲ta: kaṇṭippa: utavuva:ru

---

Ramasami Gounder vi:ṭṭule irukkra:ru. van̲ta višayatte avar-kiṭṭe solra:ṅka

---

Ramasami Gounder : tampi:! va:ṅka! enna a:ra:ycci seyya 'data' ve:ṇuma:? ya:rellã: ve:ṇũ. solluṅka. ku:ṭṭikiṭṭu varaccolrẽ.

Raman : 15-25, 26-40, 41-60 vayasu pirivule, ovvoru pirivukkũ añcu pe:ra: mottõ patanañcu pe:ru ve:ṇũ.

---

avar uṭane: tanno:ṭa a:ḷe anuppi 15 'Informants'-e ku:ṭṭikiṭṭu varaccolla, atuma:tiriye: patanañcu pe:ru varra:ṅka

---

Ramasami Gounder : e:mpa:! ivaṅka Coimbatore. avaru 'America'-ka:raru. ivaṅkaḷukku n̲i:ṅka pe:sra tamil̲-patti eto: ve:ṇumã:. avaṅka ke:kkra ke:ḷviṅkaḷukku patil solluṅka. enna, sariya:?

n̲ã:, ippo koñcõ veḷiye po:rẽ. sa:yaṅka:lõ varrẽ. atukkuḷḷe uṅka ve:leye muṭiṅka. ra:ttri eṅka vi:ṭṭule sa:pputṭu, appur̲õ u:rukku po:lã:! enna, sariya:?

Raman : sariṅka! n̲i:ṅka sonna:, appur̲õ n̲a:ṅka eppaṭi irukka:ma po:ratu. irun̲tu sa:pputṭe: po:rõ. John-ũ eṅkaḷo:ṭa iruppa:ru

---

Ramasami Gounder veḷiye po:ra:ru. ivaṅka kaḷappaṇi toṭaṅkra:ṅka

---

Gopal : in̲ta paṭṭiyalle mottõ ampatu ke:ḷvi irukkutu. ate motalle ke:ppõ. John! a:ḷukku añcu pe:re n̲a:ma innekki 'interview' paṇṇalã:, enna?

John : sari! appaṭiye: seyyalã:. appatã: n̲e:rattule muṭikka muṭiyũ. n̲a:ma eṅkeya:vatu u:rukku veḷiye po:yi okka:n̲tu, avaṅka solrate koñcõ el̲utuvõ. appur̲õ ate appaṭiye: 'tape record' paṇṇalã:, sariya:?

ராமன் : ஆமாம்! நம்மிடம்தான் ஒலிப்பதிவுக் கருவி இருக்கிறதே! அதில் ஒன்றும் கஷ்டம் இருக்காது.

ஜான், கோபால், ராமன் மூன்று பேரும் கேள்வி கேட்டு, தகவலாளிகள் சொல்கிற பதிலை எழுதுகிறார்கள்

ஜான் : ராமன்! இப்பொழுது இந்தத் தகவல் முழுவதையும் அப்படியே பதிவு செய்வோமா?

ராமன் : O.K.! தாராளமாகச் செய்யலாம். இதில் "Battery cell' இருக்கிறது, இல்லையா?

ஜான் : இருக்கிறது. நீங்களே பதிவு செய்யுங்கள். உங்கள் குரல் நன்றாக இருக்கிறது. மேலும், நீங்கள் நன்றாகக் கேள்வி கேட்கிறீர்கள்.

ராமன் : நீங்களும் சில கேள்விகளைக் கேளுங்கள். அவர்கள் எந்த அளவுக்குப் புரிந்து கொள்கிறார்கள் என்று பார்ப்போம்.

பிறகு, ஜான் சில கேள்விகளைக் கேட்கிறார்

ஒரு தகவலாளி : இவருக்கு மிக நன்றாகத் தமிழ் வருகிறதே! எங்கே படித்தாராம்.

கோபால் : அவர் முதலில் அமெரிக்காவில் தமிழ் படித்தார். பிறகு, இப்பொழுது கோயமுத்தூரில் எங்களிடம் படிக்கிறார்.

ஜான் : ராமன்! கிளைமொழி (dialect) தரவு இவ்வளவு போதுமானது. இனி கொஞ்சம் நாட்டுப்புற இயல் (நாட்டுப்புற இலக்கியம்) தொடர்பான தகவலை எடுப்போமா? முடியுமா?

ராமன் : உங்களில் யாருக்கு நாட்டுப்புறப்பாட்டு, அண்ணன்மார் சாமி கதை, மதுரை வீரன் கதை, இதெல்லாம் தெரியும்? சொல்லுங்கள் பார்ப்போம்.

இன்னொரு தகவலாளி : எனக்குக் கொஞ்சம் தெரியும். அதோ! எங்கள் மாமனுக்கும் தெரியும். நாங்கள் இரண்டு பேரும் சொல்கிறோம். பரவாயில்லையா?

ஜான் : அப்பொழுது, நீங்கள் இரண்டு பேரும் சொல்லுங்கள். அது போதும்.

அவர்கள் இரண்டு பேரும் கதை சொல்கிறார்கள். மத்தியில் கொஞ்ச நேரம் பாடுகிறார்கள்

Raman : a:mã:, n̲amma-kiṭṭetã: 'tape recorder' irukkute:! atule onnũ kaṣṭõ ille.

John , Gopal & Raman mu:ṇu pe:rũ ke:ḷvi ke:ṭṭu avaṅka solra patile e̲lutra:ṅka

John : Raman! ippo, in̲ta 'data'pu:ra:vũ appaṭiye: pativu paṇṇuvo:ma:?

Raman : O.K.! ta:ra:ḷama: seyyalã:. itule 'battery cell' irukkutu, illaiya:?

John : irukkutu. n̲i:ṅkaḷe: pativu seyyuṅka. uṅka koralu n̲alla: irukkutu. me:lũ, n̲i:ṅka n̲alla: ke:ḷvi ke:kkri:ṅka

Raman : n̲i:ṅkaḷũ sela ke:ḷviṅkaḷe ke:ḷuṅka! avaṅka en̲ta aḷavukku puriñcukura:ṅka appaṭi:nnu pa:ppõ

per̲aku, John sela ke:ḷviṅkaḷe ke:kkra:ru

oru takavala:ḷi : ivarukku rompa n̲alla: tamil̲ varute:! eṅke paṭicca:rã:

Gopal : avaru motalle America-vule tamil̲ paṭicca:ru. appur̲õ ippo Coimbatore-le eṅka-kiṭṭe paṭikkra:ru

John : Raman! 'Dialect data' ivvaḷavu po:tũ. ini koñcõ 'folklore data' patti eṭuppo:ma:? muṭiyuma:?

Raman : uṅkaḷule ya:rukku n̲a:ṭṭuppur̲a pa:ṭṭu - aṇṇanma:r sa:mi kate, mature vi:rẽ kate - itellã: teriyũ. solluṅka pa:ppõ.

innoru takavala:ḷi : enakku koñcõ teriyũ. ato:! eṅka ma:manukkũ teriyũ. reṇṭu pe:rũ se:n̲tu solrõ parava:yilleya:?

John : appo, n̲i:ṅka reṇṭu pe:rũ solluṅka, atu: po:tũ.

avaṅka reṇṭu pe:rũ kate solra:ṅka. mattiyile koñca n̲e:rõ pa:ṭra:ṅka

ராமன் : ஜான்! உங்களுக்கு நல்ல அதிர்ஷ்டம் தான்! நல்ல தரவு இன்றைக்குக் கிடைக்கிருக்கிறது.

ஜான் : உங்கள் இருவருக்கும் மிக நன்றி.

கோபால் : அதோ! நம்மை ஊர் கவுண்டர் கூப்பிடுகிறார். வாருங்கள்!, எல்லோரும் அங்கே போகலாம்.

ராமசாமி கவுண்டர் : என்ன? எப்படிப் பதில் சொன்னார்கள், எங்களுடைய ஆட்கள்?

ஜான் : ஓ! நாங்கள் கேட்டதில் தொண்ணூறு சதவீதம் கேள்விகளுக்கு நன்றாகப் பதில் சொன்னார்கள். இது போதும். உங்களுக்கு மிகவும் நன்றி, ஐயா!.

ராமசாமி கவுண்டர் : சரி, இப்பொழுது எல்லோரும் சாப்பிடுவோம். சாப்பிட்ட பிறகு நீங்கள் புறப்படலாம்.

எல்லோரும் சாப்பிடுகிறார்கள்

ராமசாமி கவுண்டர் : எங்கள் ஊர் சாப்பாடு எப்படி இருந்தது? தம்பீ!

ஜான் : எனக்குப் பிடித்திருந்தது. நன்றாகவே சாப்பிட்டேன்.

ராமசாமி கவுண்டர் : பரவாயில்லையே! மிகவும் அழகாகத்தான் தமிழ் பேசுகிறீர்கள். சரி எல்லோரும் பத்திரமாக புறப்பட்டுப் போய் வாருங்கள். தம்பீ! உங்கள் அண்ணனை மிகவும் கேட்டதாகச் சொல். மறுபடியும் ஏதாவது தேவை என்றால், தயங்காமல் வாருங்கள்! சரிதானே!

ஜான், கோபால் & ராமன் : சரிங்கள், ஐயா! மிகவும் நன்றி. போய் வருகிறோம்.

Raman : John! uṅkaḷukku 'luck'-tã: n̲alla 'data' innaikki keṭaccirukkutu.

John : uṅka reṇṭu pe:rukkũ rompa n̲an̲r̲i.

Gopal : ato:! n̲ammaḷe u:ru kavuṇṭaru ku:ppuṭra:ru. va:ṅka! ellã: aṅke po:lã:

Ramasami Gounder : enna? eppaṭi patil sonna:ṅka, eṅka a:ḷuṅka?

John : o:! n̲a:ṅka ke:ṭṭatule toṇṇu:r̲u satavi:tõ sonna:ṅka. itu po:tũ. uṅkaḷukku rompa n̲an̲r̲iṅka.

Ramasami Gounder : sari, ippo ella:rũ sa:ppuṭuvõ. sa:ppuṭṭa per̲aku n̲i:ṅka por̲appaṭalã:

ella:rũ sa:ppuṭra:ṅka

Ramasami Gounder : eṅka u:ru sa:ppa:ṭu eppaṭi irun̲tatu? tampi!

John : enakku piṭiccutu. n̲alla:ve: sa:ppuṭṭẽ

Ramasami Gounder : parava: illaiye:! rompa al̲aka:tã: tamil̲ pe:sri:ṅka. sari, ella:rũ pattrama: por̲appaṭṭu po:yiṭṭu va:ṅka tampi:! uṅka aṇṇane rompa ke:ṭṭata: sollu. mar̲upaṭiyũ eta:vatu te:ve appaṭi:nna:, tayaṅka:ma va:ṅka. sarita:ne:!

John, Gopal & Raman : sarinka, aiya:! rompa n̲an̲r̲i. po:yiṭṭu varrõ

உரையாடல்-11

ஜான்-மேரி-ராஜா-கோபால் இன்னும் சிலர் : விருந்தகத்தில் கலந்துரையாடுதல்

ஜான் : வாருங்கள்! ராஜா-கோபால்! இரண்டு பேருக்கும் வணக்கம். நீங்கள் இரண்டு பேரும் இங்கே வந்ததுக்கு நன்றி.

ராஜா : நீங்கள் எங்களை அழைத்ததுக்கு நன்றி. ஏனென்றால் உங்களோடு பேச இது ஒரு நல்ல வாய்ப்பு, இல்லையா?

ஜான், உள்ளே சென்று, மேரியை அழைக்கிறார்

மேரி : ஓ! வணக்கம், வாருங்கள்! எங்களுக்கு அடுத்த வாரம் விடுமுறை, பத்து நாட்கள். அதனால் தமிழ் நாட்டில் சில இடங்களுக்குப் போக நினைக்கிறோம்.

கோபால் : ஆமாம்! இந்த விடுமுறையை அதுக்குப் பயன்படுத்தலாமே!

தெற்கே மதுரை,கன்னியாகுமரி, இராமேஸ்வரம், பாஞ்சாலங்குறிச்சி போகலாம்.

கிழக்கே திருச்சி, தஞ்சாவூர்,சிதம்பரம், பூம்புகார் போய் வரலாம்.

வடக்கே மஹாபலிபுரம், திருவண்ணாமலை, காஞ்சிபுரம், சென்னை ஆகிய இடங்களுக்குப் போகலாம். அப்புறம்!

ராஜா : அப்புறம், முக்கியமாக ஊட்டி, கொடைக்கானல், ஏற்காடு போன்ற மலைகளுக்குப் போய்ப் பார்க்கலாம்.

மேரி : இந்தத் தடவை தெற்கே இருக்கிற சில இடங்களையும் கிழக்கே இருக்கிற சில இடங்களையும் பார்க்கலாமே! என்ன, ஜான்? சரியா?

ஜான் : சரி, மேரி! அப்படியே போய்வரலாம். ராஜா தான் நமக்கு இதில் உதவ வேண்டும்.

ராஜா : நிச்சயமாக என்னால் முடிந்தவரை உதவுகிறேன். அதில் எனக்குக் கஷ்டம் ஏதும் இல்லை.

கோபால் : ஜான், நீங்கள் கன்னியாகுமரி போவதால், அங்கே இருந்து கேரளா பக்கம்தான். போய் வாருங்களேன்!

Conversation - 11

John-Mary - Raja - Gopal innum silar:
viruṉtakattule kalaṉturaiya:ṭutal

John : va:ṅka! Raja - Gopal! reṇṭu pe:rukkũ vaṇakkõ. ṉi:ṅka reṇṭu pe:rũ iṅke vaṉtatukku rompa ṉaṉṟi.

Raja : ṉi:ṅka eṅkaḷe ku:ppuṭṭatukku ṉaṉṟi. e:nna:, unkaḷo:ṭa pe:sa itu oru ṉalla va:yppu, illaiya:?

John, uḷḷe po:yi Mary-e ku:ppiṭra:ru

Mary : o:! vaṇakkõ, va:ṅka! eṅkaḷukku aṭutta va:rõ viṭumuṟe, pattu ṉa:ḷu. atana:le, tamiḻ ṉa:ṭṭule sela eṭaṅkaḷukku po:ka ṉenaikkrõ.

Gopal : a:mã:! iṉta viṭumuṟaiye atukku payanpaṭuttalã:me:, tekke Madurai, Kanyakumari, Rameswaram, Panchalankurichi po:lã:. keḻakke, Tiruchirapalli, Thanjavur, Chidambaram, Pumpuhar po:yiṭṭu varalã:. vaṭakke, Mahabalipuram, Thiruvannamalai, Kanchipuram, Chennai - ituma:tiriya:na eṭaṅkaḷukku po:lã:. appuṟõ!

Raja : appuṟõ, mukkiyama: Ooty, Kodaikkanal, Yercaud - itu ma:tiri malaiṅkaḷukkũ po:yi pa:kkalã:

Mary : iṉta taṭave tekke irukkra sela eṭaṅkaḷeyũ, keḻakke irukkra sela eṭaṅkaḷeyũ pa:kkala:me:! enna, John? sariya:?

John : sari, Mary! appaṭiye: po:yiṭṭu varalã:. Raja-tã: ṉamakku itule utavaṇũ

Raja : ṉiccayama: enna:la muṭiñcavare utavurẽ. atule enakku kaṣṭõ onnũ ille.

Gopal : John! ṉi:ṅka Kanyakumari po:rata:le, aṅkeruṉtu Kerala pakkaṉtã:. po:yiṭṭu va:ṅkaḷẽ:

மேரி : ஆமாம், ஜான்! அது நல்லது. அப்படியே செய்வோம்.

ஜான் : ராஜா! அப்பொழுது, எங்களுக்கு ரயிலில் போக 'டிக்கட்' வாங்கிக் கொடுங்கள். ஆங்காங்கே தங்கவும் ஏற்பாடு செய்து கொடுத்தால் மிகவும் நல்லது. முடியுமா?

ராஜா : முடியும். நான், இன்றே செய்து விடுகிறேன், சரியா?

மேரி : மிக்க நன்றி, ராஜா. உங்களுக்கு அடிக்கடி தொந்தரவு தருகிறோம்.

ராஜா : இது ஒன்றும் தொந்தரவே அல்ல. உங்களுக்கு உதவவேண்டியது எங்கள் கடமை, இல்லையா?

ஜான் : ஏன், ராஜா? நீங்களும் எங்களோடு வாருங்களேன்! நன்றாக இருக்கும்.

மேரி : ஆமாம், ராஜா! நானே உங்களை அழைக்க எண்ணினேன். இப்பொழுது ஜானே அழைத்து விட்டார். வாருங்கள் போய் வருவோம்.

கோபால் : ராஜா உங்களோடு வருவது உங்களுக்கு உதவியாக இருக்கும். ராஜா, நீங்கள் நிச்சயம் அவர்களோடு போய் வாருங்களேன்!

ராஜா : எங்கள் அம்மாவிடம் இன்று மாலை சொல்லி, அனுமதி பெற்று, உங்களோடு வர முயற்சி செய்கிறேன்.

ஜான் : இதில் இரண்டாயிரம் ரூபாய் இருக்கிறது. நம் செலவுகளுக்கு வைத்துக் கொள்ளுங்கள்.

ராஜா : கோபாலும் வரலாம். ஆனால் அவர் இப்பொழுது தன்னுடைய ஆராய்ச்சி வேலையை வேகமாக எழுதிவருகிறார்.

கோபால் : ஆமாம்! நான் இன்னும் இரண்டு மாதங்களுக்கு எங்கேயும் போக முடியாது. எப்படியும் அடுத்த தடவை உங்களோடு வர முயற்சி செய்கிறேன்.

மேரி : சரி, கோபால்! நீங்களும் உங்கள் முக்கியமான வேலையை முடியுங்கள். பிறகு போவோம்.

ஜான் : தமிழோடு சேர்ந்த திராவிட மொழிகள் எத்தனை?

Mary : a:mã:, John! atu n̲allatu, appaṭiye: seyvõ.

John : Raja! appo, eṅkalukku rayille po:ka 'ticket' va:ṅki kuṭuṅka. aṅkaṅke taṅkratukkũ e:r̲pa:ṭu señcu kuṭutta: rompa n̲allatu. muṭiyuma:?

Raja : muṭiyũ. n̲ã: innaikke: señcuṭrẽ, sariya:?

Mary : rompa n̲an̲r̲i, Raja! uṅkaḷukku aṭikkaṭi ton̲taravu kuṭukkrõ.

Raja : itule onnũ ton̲taravu ille. uṅkaḷukku otavave:ṇṭiyatu eṅka kaṭame, illaiya:?

John : ẽ:, Raja! n̲i:ṅkaḷũ eṅkaḷo:ṭa va:ṅkaḷẽ:! n̲alla: irukkũ.

Mary : a:mã:, Raja! n̲a:ne: uṅkaḷe ku:ppuṭa n̲eneccẽ. ippo, John-e: ku:ppuṭṭuṭṭa:ru. va:ṅka, po:yiṭṭu varuvõ.

Gopal : Raja uṅkaḷo:ṭa varratu uṅkaḷukku utaviya: irukkũ. Raja! n̲i:ṅka n̲iccayõ avaṅkaḷo:ṭa po:yiṭṭu va:ṅkaḷẽ:!

Raja : eṅka amma:-kiṭṭe innaikki sa:yaṅka:lõ solliiṭṭu, uṅkaḷo:ṭa vara muyar̲ci seyrẽ.

John : itule reṇṭa:yrõ ru:pa: irukkutu. n̲amma selavukku vacciko:ṅka

Raja : Gopal-ũ varalã:. a:na: avaru ippo, tanno:ṭa a:ra:ycci ve:leye ve:kama: eḷuti-kiṭṭu irukkra:ru

Gopal : a:mã:! n̲ã: innũ reṇṭuma:sattukku eṅkeyũ po:ka muṭiya:tu. eppaṭiyũ aṭutta taṭave uṅkaḷo:ṭa vara muyar̲ci seyrẽ

Mary : sari, Gopal! n̲i:ṅka, uṅka mukkiyama:na ve:leye muṭiṅka per̲aku po:võ

John : tamiḻo:ṭa se:n̲ta tira:viṭa moḻiṅka (Dravidian Languages) ettane?

ராஜா : திராவிட மொழிகள் மொத்தம் இருபத்து நான்கு. அதில் தமிழ்தான் மிகப் பழைய மொழி. கன்னடம், தெலுங்கு, மலையாளம் ஆகியவையும் இலக்கிய மொழிகளே. ஊட்டி மலையில் ஆறு திராவிட மொழிகள் பேசப்படுகின்றன. நாம் ஊட்டி போகும்போது இந்த மொழிகளைப் பேசுகிற பழங்குடி மக்களைப் பார்க்கலாம். அதோடு படகர்களையும் பார்க்கலாம். ஆனால் அவர்கள் பழங்குடி மக்கள் அல்ல.

மேரி : நான் தோடர் பழங்குடியினரைப் பற்றி படித்துள்ளேன்.

கோபால் : தோடர்கள், கோத்தர்கள், இருளர்கள், பணியர்கள், காட்டு நாயக்கர்கள், குறும்பர்கள்- இவர்கள் எல்லாம் பழங்குடி மக்களே!

ஜான் : நாம் அடுத்த மாதம் பேராசிரியர் மணி அவர்களோடு ஊட்டி போக வேண்டும். அவர் அழைத்துச் செல்ல ஒப்புக்கொண்டார். பழங்குடி மக்களுடைய நாட்டுப்புறக் கதைகள் சிலவற்றைக் கேட்க வேண்டும்.

மேரி : எனக்குப் பழங்குடி மக்கள் பாடுகிற இசையில் கொஞ்சம் ஆர்வம் உண்டு. அதனால் நானும் உங்களோடு வரட்டுமா? என்ன சொல்கிறீர்கள்?

ராஜா : தாராளமாக! வாருங்கள். அவர்களது இசை, நடனம், கைவினைப் பொருள்கள் இவற்றை எல்லாம் பார்த்து ரசிக்கலாம்.

கோபால் : நீங்கள் ஊட்டி செல்லும் போது நானும் உங்களோடு வருவேன். என்னால் அங்கே உங்களுக்குச் சிறிது உதவ முடியும்.

ஜான் : ஓ! மிகவும் சந்தோஷம். நாம் எல்லோரும் சேர்ந்து போவது ஒரு நல்ல வாய்ப்பு, வாருங்கள்.

ராஜா : ஜான்! நான் இப்பொழுது புறப்பட்டால் நல்லது. ஏனெனில் டிக்கட் பதிவு செய்ய குறைந்தது ஒரு மணி நேரம் ஆகும். முதலில் நான் வீட்டுக்குப் போய், அம்மாவிடம் சொல்லிய பிறகு, நேராக நகருக்குச் சென்று, எல்லா வேலைகளையும் முடித்துக்கொண்டு, இரவு வருகிறேன்.

மேரி : சரி, போய் வாருங்கள்! இரவு சந்திப்போம் நன்றி, ராஜா!

Raja : tira:viṭa moḻiṅka mottõ iruvatti ṉa:lu. atule tamiḻ-tã: rompa paḻaiya moḻi. kannaṭõ, teluṅku, malaiya:ḷõ- itellã: ku:ṭa ilakkiya moḻiṅka-tã:.Ooty-le a:ṟu tira:viṭa moḻiṅka pe:sra:ṅka. ṉa:ma Ooty po:rappo iṉta moḻi pe:sra paḻaṅkuṭi janaṅkaḷe pa:kkalã:. ato:ṭa paṭakaruṅkaḷaiyũ pa:kkalã:. a:na:, avaṅka paḻaṅkuṭi jaṅaṅka ille.

Mary : ṉã: to:ṭa: paḻaṅkuṭi (Toda tribe) makkaḷe-patti paṭiccirukkrẽ

Gopal : to:ṭaru, ko:ttaru, iruḷaru paṇiyaru, ka:ṭṭu ṉa:yakkaru, kuṟumparu - ivaṅkellã: paḻaṅkuṭi janaṅka-tã:

John : ṉa:ma, aṭutta ma:sõ pe:ra:siriyar Mani avaṅkaḷo:ṭa Ooty po:kaṇũ. avaru ku:ṭṭi-kiṭṭu po:ka ottukiṭṭa:ru. appo, paḻaṅkuṭi janaṅkaḷo:ṭa ṉa:ṭṭuppuṟa kataiṅka selate ke:kkaṇũ.

Mary : enakku paḻaṅkuṭi janaṅka pa:ṭra isaiyile koñcõ a:rvõ. atana:le ṉa:nũ appo uṅkaḷo:ṭa varaṭṭuma:?. enna solri:ṅka?

Raja : ta:ra:ḷama: va:ṅka. avaṅkaḷo:ṭa ise, ṉaṭanõ, kaivine sa:mã:, itu ella:ttaiyũ pa:ttu rasikkalã:

Gopal : ṉi:ṅka Ooty - po:rappo ṉa:nũ uṅkaḷo:ṭa varrẽ! enna:la aṅke uṅkaḷukku koñcõ utava muṭiyũ

John : o:! rompa saṉto:ṧõ. ṉa:ma ellã: se:ṉtu po:ka itu oru nalla va:yppu. va:ṅka!

Raja : John! ṉã: ippo poṟappaṭṭa: ṉallatu. e:nna:, 'ticket' - pativu seyya koṟeñcatu oru maṇi ṉe:rõ a:kũ. motalle ṉã: vi:ṭṭukku po:yi, amma:-kiṭṭe solliṭṭu, appuṟõ ṉe:ra: ṉakarukku po:yi, ella: ve:leyũ muṭicci-kiṭṭu ra:ttri varrẽ

Mary : sari, po:yiṭṭu va:ṅka! ra:ttri saṉtippõ. ṉanṟi, Raja!

உரையாடல்-12

மணி - ஜான் - மேரி - ராஜா - கோபால்: ஊட்டி போகிறார்கள்-ஒரு வாரக் கடைசியில் -போகும்போதும் ஊட்டியிலும் நடக்கும் உரையாடல் இது

ராஜா : ஜான்! நானும் கோபாலும் வந்துவிட்டோம். நீங்கள் தயாரா? மணி ஐயா வீட்டுக்கு 'வேன்' (Van) வரும். போகலாமா?

ஜான் & மேரி : ஓ! நாங்களும் தயார்தான். வாருங்கள் உள்ளே! எல்லோரும் 'டீ' குடித்துவிட்டுக் கிளம்பலாம்.

கோபால் : சரி, சமையல்காரரே! சீக்கிரம் 'டீ' தர முடியுமா?

சமையல்காரர் : இதோ! தயாராக உள்ளது. குடியுங்கள்.

எல்லோரும் விருந்தகத்தில் 'டீ' குடிக்கிறார்கள். பிறகு மணி அவர்களுடைய வீட்டுக்குப் புறப்பட்டுப் போகிறார்கள்

மணி : எல்லோரும் வாருங்கள்! நான் தயாராக இருக்கிறேன். வேனும் ('Van'-um) தயார். உங்கள் சாமான் எல்லாம் உள்ளே எடுத்து வையுங்கள். புறப்படலாம்.

எல்லோரும் சாமான்களை எடுத்து வைக்கின்றனர்

டிரைவர் : ஐயா! எல்லாம் சரியாக இருக்கிறது. புறப்படலாமா?

ராஜா : ஐயா, நீங்கள் முன்னால் உட்காருங்கள்! நாங்கள் எல்லாம் பின்னால் உட்கார்ந்து கொள்கிறோம்.

மணி : சரி! டிரைவர்-புறப்படலாம். நாம் ஊட்டியில் ஜே.எஸ்.எஸ். கல்லூரியில் தங்கப் போகிறோம். அங்கே எல்லா வசதியும் இருக்கிறது.

ஜான் : எனக்கு வழியில் சிறிது மருந்து வாங்க வேண்டும்.

ராஜா : டிரைவர்! சிறிது வண்டியை நிறுத்துங்கள்! அதோ! பக்கத்தில் இருக்கிற கடையில் மருந்து வாங்கிக்கொள்ளலாம்.

Conversation - 12

Mani - John - Mary - Raja - Gopal: Ooty po:ra:ṅka - oru va:rak kaṭaisiyil - po:kumpo:tũ Ooty-ilũ ṉaṭakkra uraiya:ṭal itu

Raja : John! ṉa:nũ Gopal-ũ vaṉtuṭṭõ, ṉi:ṅka 'ready'-a:? Mani - aiya: vi:ṭṭukku 'van' - varũ, po:la:ma:?

John & Mary : o:! ṉa:ṅkaḷũ 'ready'-tã:. uḷḷe va:ṅka! ella:rũ 'tea' sa:ppuṭṭu keḷampalã:

Gopal : sari! samaiyalka:rare:! si:kkrõ, 'tea' tara muṭiyuma:?

Samaiyalka:rar (cook) : ito:! 'ready'-a: irukkutu. kuṭiṅka.

ella:rũ viruṉtakattule 'tea' - kuṭikkra:ṅka peṟaku Mani-o:ṭa vi:ṭṭukku poṟappaṭra:ṅka

Mani : ella:rũ va:ṅka! ṉã: taya:ra: irukkrẽ. 'van'-ũ taya:r. uṅka sa:mane ellã: uḷḷe eṭuttu vaiṅka! poṟappaṭalã:

ella:rũ sa:ma:ne ellã: eṭuttu vaikkra:ṅka

Driver : aiya:! ellã: sariya: irukkutu. poṟappaṭala:ṅkaḷa:?

Raja : aiya:! ṉi:ṅka munna:ṭi okka:ruṅka! ṉa:ṅka ellã: pinna:ṭi okka:ṉtukrõ

Mani : sari! Driver! poṟappaṭalã: ṉa:ma Ooty-le 'J.S.S. College of Pharmacy'-le taṅka po:ṟõ. aṅke ella: vasatiyũ irukkutu.

John : enakku vaḻiyile koñcõ maruṉtu va:ṅkaṇũ

Raja : Driver! koñcõ vaṇṭiye ṉiṟuttuṅka. ato:! pakkattule irukkra kaṭaiyile maruṉtu va:ṅkikalã:

மணி : மருந்து கிடைத்ததா. ராஜா?

ராஜா : ஆமாம், ஐயா! இப்பொழுது நேராகப் போக வேண்டியதுதான்

ஊட்டியில் ஜே.எஸ்.எஸ். கல்லூரி போய்ச் சேர்கிறார்கள். அங்கே

பிரின்சிபால் : வாருங்கள்! மணி, ஐயா! பிரயாணம் நன்றாக இருந்ததா? எல்லோரும் உள்ளே வாருங்கள்!

மணி : 'ஜான்-மேரி' இவர்கள் இரண்டு பேரும் அமெரிக்கா. 'ராஜா-கோபால்' இரண்டு பேரும் எங்கள் ஆராய்ச்சியாளர்கள். பிரயாணம் நன்றாகவே இருந்தது.

பிரின்சிபால் : எல்லோருக்கும் வணக்கம். நீங்கள் எல்லாம் எங்கள் விருந்தகத்தில் தங்க ஏற்பாடு செய்து இருக்கிறேன். வேறு உங்களுக்கு என்ன வேண்டுமோ அதைச் சொல்லுங்கள். எங்கள் பணியாளர்கள் செய்து தருவார்கள். சரியா?

ஜான் : நாங்கள் முக்கியமான இடங்களைப் பார்க்கவேண்டும். பழங்குடி மக்கள் வாழ்கிற இரண்டு இடங்களையாவது போய்ப் பார்க்க வேண்டும். அவ்வளவுதான்.

பிரின்சிபால் : எல்லா இடங்களுக்கும் உங்களை எங்கள் ராஜன்னா அழைத்துக்கொண்டு போவார். அதனால் கவலைப்படாதீர்கள்! சிறிது நேரம் எல்லோரும் ஓய்வு எடுத்துக் கொள்ளுங்கள். பிறகு போகலாம். என்ன!

மணி : இப்பொழுது மணி பதினொன்று. எல்லோரும் மதிய உணவு முதலில் சாப்பிடுவோம். பிறகு 'Botanical Garden', 'Toda Settlement', 'Dodda Betta' இந்த மூன்று இடங்களுக்கும் போகலாம்.

ஜான் : நல்லது. இன்று இந்த இடங்களைப் பார்த்தால் போதும். மற்ற இடங்களை நாளைக்குப் பார்க்கலாம்.

மேரி : போகும்போது மறக்காமல் 'Tape Recorder', 'Camera' இரண்டையும் எடுத்துக்கொள்ள வேண்டும்.

ராஜா : ஓ! அது இரண்டும் என்னுடைய பையில் இருக்கிறது. மறக்க மாட்டேன்.

கோபால் : எனக்கு 'Toda Settlement'- இல் ஒரு நண்பர் இருக்கிறார். அதே போல் சில குறும்பர், இருளர் ஆகியோரையும் தெரியும். நான் உங்களை அங்கே அழைத்துப் போகிறேன்.

Mani : marun̲tu keṭaccuta:, Raja?

Raja : a:ma:ṅka! ippo, n̲e:ra: po:ka ve:ṇṭiyatutā:

Ooty-le J.S.S. College po:yi se:rra:ṅka - aṅke

Principal : va:ṅka, 'Mani-Sir'! praya:ṇō n̲alla: irun̲tata:? ella:rū uḷḷe va;ṅka.

Mani : John - Mary ivaṅka reṇṭu pe:rū America. Raja, Gopal reṇṭu pe:rū eṅka a:ra:ycciya:ḷaruṅka. praya:ṇō n̲alla:run̲tatu.

Principal : ella:rukkū vaṇakkō. n̲i:ṅka ellā:, eṅka virun̲takattule taṅka e:r̲pa:ṭu señcirukkrē̃. ve:r̲e uṅkaḷukku enna ve:ṇumo: ate solluṅka. eṅka a:ḷuṅka seytu taruva:ṅka, sariya:?

John : n̲a:ṅka mukkiyama:na eṭaṅkaḷe pa:kkaṇū. pal̲aṅkuṭi janaṅka irukkra reṇṭu eṭaṅkaḷukka:vatu po:kaṇū

Principal : ella: eṭattukkū uṅkaḷe eṅka Rajanna ku:ṭṭi-kiṭṭu po:va:ru. atana:le kavale paṭa:ti:ṅka. koñca n̲e:rō ella:rū 'rest' eṭuṅka. appur̲ō po:lā:, enna!

Mani : ippo, maṇi patanonnu. ella:rū mattiya:na sa:ppa:ṭu motalle sa:ppuṭuvō. per̲aku 'Botanical Garden', 'Toda Settlement' 'Dodda Betta' - in̲ta mu:ṇu eṭaṅkaḷukkū po:lā:

John : n̲allatu. innaikki in̲ta eṭaṅkaḷe pa:tta: po:tū. mattate n̲aḷaikki pa:kkalā:

Mary : po:kumpo:tu mar̲akka:ma 'tape recorder', 'camera' reṇṭaiyū eṭuttukaṇū.

Raja : o:! atu reṇṭū enno:ṭa payle irukkutu. mar̲akka ma:ṭṭē̃

Gopal : enakku 'Toda Settlement'-le oru n̲aṇparu irukkra:ru. ate: ma:tiri sela kur̲umparu, iruḷaru ivaṅkaḷeyū teriyū. n̲ā: uṅkaḷe aṅke ku:ṭṭikiṭṭu po:r̲ē̃

மேரி : மிகவும் நன்றி, கோபால்! உங்கள் ஆராய்ச்சிக்காக அடிக்கடி இங்கே வந்திருப்பீர்கள், இல்லையா?

ஜான் : அதுதான், அவருக்குப் பலரைத் தெரிந்திருக்கிறது.

மணி : கோபால், எல்லோரிடமும் நன்றாகப் பழகுவார். அதனால் அவருக்கு நண்பர்கள் அதிகம்.

மேரி : ஏன்? நம் ராஜாவும் அப்படித்தான். எப்பொழுதும் சிரித்துக்கொண்டே காரியத்தைச் செய்து முடிப்பார், இல்லையா?

கோபால் : அது என்னவோ, உண்மைதான் 'ராஜா' -ராஜாதான்.

மணி : கோபால், மிகவும் நன்றாகப் பேசவும் செய்வார். இப்பொழுது பாருங்கள்! சிலேடையாகப் பேசுகிறார். புரிகிறதா?

ஜான் : ஓ! நன்றாகவே புரிகிறது. ராஜா ஒரு 'ராஜா' (அரசர்-'king')மாதிரி, என்று சொன்னார். சரிதானே!

எல்லோரும் சாப்பிட்டு வெளியே கிளம்புகிறார்கள்

ஜான் : இந்த 'Botanical Garden' மிகச் சிறப்பாக உள்ளது. மிகப்பெரிய - பழைய மரங்கள் எல்லாம் உள்ளன.

கோபால் : இன்னும் சிறிது மேலே போனால், ஒரு 'Toda Settlement' இருக்கிறது. போகலாமா?

மேரி : சரி! அங்கே போனதும் சிறிது நேரம் களப்பணி செய்ய வேண்டும். சரியா?

ஜான் : நானும் அவர்களுடைய பேச்சைப் பதிவு செய்ய வேண்டும். கதை கேட்க வேண்டும்.

மணி : ஒரு மணி நேரம் அங்கே இருக்க முடியும். அதனால் நீங்கள் அவர்களுடைய பாட்டு, கதை, பேச்சு எல்லாம் கேட்டுப் பதிவு செய்யுங்கள். கோபால் உங்களுக்கு உதவியாக இருப்பார்.

தோடர் வாழும் இடத்தில் களப்பணி செய்கிறார்கள்.
அவர்களுடன் ஒரு மணி நேரம் இருக்கிறார்கள்.

Mary : rompa n̲an̲r̲i Gopal. uṅka a:ra:yccikka:ka iṅke aṭikkaṭi van̲tiruppi:ṅka, illaiya:?

John : atutã:, avarukku palare teriñcirukkutu.

Mani : Gopal, ella:rukiṭṭeyũ n̲alla: pal̲akuva:ru. atana:le avarukku naṇparuṅka atikõ

Mary : ẽ:? n̲amma Raja-vũ appaṭittã:. eppavũ siricci-kiṭṭe: ka:riyatte señci muṭippa:ru, illaiya:?

Gopal : atu ennavo: uṇmetã: 'Raja' - Raja-tã:'.

Mani : Gopal rompa n̲alla: pe:savũ seyva:ru. ippo, pa:ruṅka! sile:ṭaiya: pe:sra:ru, puriyuta:?

John : o:! n̲alla:ve: puriyutu! Raja oru 'king' ma:tiri! appaṭinnu sonna:ru. sarita:ne:!

ella:rũ sa:ppuṭṭu veḷiye keḷampura:ṅka

John : in̲ta 'Botanical Gardern" rompa n̲alla: irukkute:! rompa periya-pal̲aiya maraṅka ellã: irukkutu.

Gopal : innũ koñcõ me:le po:na: oru 'Toda Settlement' irukkutu. po:la:ma:?

Mary : sari, aṅke po:natũ koñcõ kaḷappaṇi seyyaṇũ, sariya:?

John : n̲a:nũ, avaṅka pe:cce pativu paṇṇaṇũ. kate ke:kkaṇũ.

Mani : oru maṇi n̲e:rõ aṅke irukka muṭiyũ. atana:le, n̲i:ṅka avaṅka pa:ṭṭu, kate, pe:ccu ellã: ke:ṭṭu pativu paṇṇuṅka. Gopal, uṅkaḷukku utaviya: iruppa:ru.

'Toda Settelement' - le po:yi kaḷappaṇi seyra:ṅka. avaṅkaḷo:ṭa oru maṇi ne:rõ irukkra:ṅka appo naṭakḳra uraiya:ṭal

மணி : சரி! நேரம் ஆகிறது. இப்பொழுது 'Dodda Betta' (பெரிய மலை) போகலாம். அங்கே இருந்து இந்த ஊட்டி மலை முழுவதும் பார்க்கலாம். அவ்வளவு உயரம்.

மேரி : அதுதான் மிகவும் உயரமான இடமா?

மணி : ஆமாம்! கன்னட மொழியில் 'தொட்ட பெட்டா' என்றால் 'உயரமான மலை' என்று பொருள்.

ஜான் : ஓ! இப்பொழுது சரியாக விளங்குகிறது.

மேரி : இந்த இடம் மிக உயரமானது மட்டும் அல்ல; மிக அழகாகவும் உள்ளது, இல்லையா? ஜான்!

ஜான் : அதில் சந்தேகமே இல்லை. சரி! திரும்பலாம். நேரம் ஆயிற்று

அடுத்த நாள் எல்லோரும் பழங்குடி மக்கள் வாழும் வேறு சில இடங்களையும் ஊட்டி ஏரியையும் பார்க்கிறார்கள்.

பிரின்சிபால் : எல்லோரும் எப்பொழுது திரும்பி வந்தீர்கள்?

மணி : இப்பொழுதுதான் வந்து சேர்ந்தோம். நிறைய தூரம் போனோம். நிறைய இடங்களையும் பார்த்தோம். எல்லாம் மிக நன்றாக இருந்தது. உங்களுக்கு எங்கள் நன்றி.

பிரின்சிபால் : சரி, எல்லோரும் சாப்பிடலாம். உங்களுக்கு விருந்து காத்துக் கொண்டிருக்கிறது.

எல்லோரும் விருந்து சாப்பிடுகிறார்கள்

மணி : பிரின்சிபால்-சார்! நாங்கள் நாளை காலையில் எட்டு மணிக்கே ஊருக்குக் கிளம்ப வேண்டும்.

பிரின்சிபால் : சரி, உங்களை ஆறு மணிக்கு எழுப்பச் சொல்கிறேன். 'Breakfast' முடித்துக் கொண்டு கிளம்புங்கள்.

ஜான் &
மேரி : பிரின்சிபால்-சார்! எங்களுக்கு எல்லா வகையிலும் உதவினீர்கள். உங்களுக்கு எங்கள் பாராட்டும் நன்றியும்.

Mani : sari! n̲e:rõ a:kutu. ippo, 'Dodda Betta' po:lã:. aṅke irun̲tu in̲ta Ooty - male pu:ravũ pa:kkalã: avvaḷavu oyarõ.

Mary : atutã: rompa oyarama:na eṭama:?

Mani : a:mã:! Kannada mol̲iyile 'Dodda Betta' appaṭinna: 'uyarama:na male' -nnu arttõ.

John : o:!, ippo sariya: puriyutu.

Mary : in̲ta eṭõ rompa oyarõ ma:ttrõ ille; rompa al̲aka:vũ irukkutu, illaiya:? John?

John : atule san̲te:kame: ille. sari n̲a:ma tirumpalã: n̲e:rõ a:ccu.

aṭutta n̲a:ḷu ella:rũ pal̲aṅkuṭi janaṅka va:l̲u ve:r̲u sele eṭaṅka, 'Ooty Lake' itu ella:ttaiyũ pa:kkra:ṅka

Principal : ella:rũ eppo tirumpi van̲ti:ṅka?

Mani : ippatã: van̲tu se:n̲tõ. n̲er̲aya tu:rõ po:nõ; n̲er̲aya eṭaṅkaḷeyũ pa:ttõ. ellã: rompa n̲alla: irun̲tutu. uṅkaḷukku eṅka n̲anr̲i.

Principal : sari! ella:rũ sa:ppuṭalã: uṅkaḷukku virun̲tu ka:ttu-kiṭṭu irukkutu.

ella:rũ virun̲tu sa:ppuṭra:ṅka

Mani : Principal - Sir! n̲a:ṅka ka:laiyile si:kkrõ - eṭṭu maṇikke: keḷampaṇũ.

Principal : sari! uṅkaḷe a:r̲u maṇikki el̲uppa solrẽ. 'Breakfast' muṭiccikiṭṭu keḷampuṅka

John & Mary : Principal-Sir! eṅkaḷukku ella: vakaiyileyũ utavuni:ṅka. uṅkaḷukku eṅka pa:ra:ṭṭũ n̲anr̲iyũ.

ராஜா : இந்த முறை குளிரும் அதிகம் இல்லை. அதனால் நன்றாகச் சுற்றிப்பார்க்க முடிந்தது.

மணி : சரி! அப்பொழுது புறப்படுங்கள், அறைக்கு. காலையில் புறப்பட வேண்டும். போய் எல்லோரும் நன்றாகத் தூங்குங்கள்.

அடுத்த நாள் காலையில் எல்லோரும் எழுந்து, குளித்து, காலை உணவு முடிக்கிறார்கள்.

மணி : டிரைவர், இதோ! உடனே புறப்படலாம். பிரின்சிபால் அறைக்குச் சென்று சொல்லி விட்டு வருகிறோம்.

எல்லோரும் : பிரின்சிபால்-சார்! நாங்கள் இப்பொழுது புறப்படுகிறோம். உங்கள் உதவிக்கும், விருந்து போன்ற எல்லாவற்றிற்கும் மிகவும் நன்றி. மறக்கமுடியாத மூன்று நாட்கள்.

பிரின்சிபால் : நீங்கள் வந்து செல்வது எனக்கும் மகிழ்ச்சியைத் தருகிறது. நன்றி, போய் வாருங்கள்! மணி, ஐயா! மறுபடியும் கோடையில் குடும்பத்தோடு, வாருங்கள்!

மணி : வருகிறோம்!

பிரின்சிபால் : நல்லது. டிரைவர்! பார்த்து ஓட்டிச் செல்!

உரையாடல்-13

ஜான்-மேரி-கல்லூரி முதல்வர், பல மாணவர்கள் கல்லூரி ஆண்டு விழாவில் கலந்து கொள்கிறார்கள். பேராசிரியர் மணி வரவேற்புரை நிகழ்த்துகிறார் : அப்பொழுது நடக்கிற உரையாடல்

ஜான் : மேரி! இன்றைக்குக் கல்லூரி ஆண்டு விழா இருக்கிறதே! நாம் மாலையில் அங்கே போவோம். சரியா?

மேரி : ஆமாம்!, ஜான்! பிரின்சிபால் வரச்சொல்லி இருக்கிறார். கட்டாயம் போவோம். நம்முடன் ராஜா, கோபால் இருவரும் வருவதாகச் சொன்னார்கள். நாம் அடுத்த மாதம் சென்னைக்குப் போய் நம்முடைய 'Consulate General Office' வேலையை வேறு பார்க்க வேண்டும், இல்லையா?

Raja : iṉta taṭave kuḷurũ atikõ ille. atana:le ṉalla: sutti pa:kka muṭiñcatu.

Mani : sari, appo poṟappaṭuṅka aṟaikki. ka:laiyile poṟappaṭaṇũ. po:yi ella:rũ ṉalla: tu:ṅkuṅka.

aṭutta ṉa:ḷu ka:laiyile ella:rũ eḻuṉtu kuḷicci 'breakfast' sa:ppuṭra:ṅka

Mani : Driver! ito:! uṭane: poṟappaṭalã:, Principal aṟaikki po:yi solliṭṭu varrõ.

All of them (ella:rũ) : Principal - Sir! ṉa:ṅka ippo poṟappaṭrõ. uṅka utavikkũ viruṉtukkũ matta ella:ttukkũ rompa ṉaṉṟi. maṟakka muṭiya:ta mu:ṇu na:ḷu.

Principal : ṉi:ṅka vaṉtu po:ṟatu enakkũ rompa saṉto:šama: irukkutu, ṉaṉṟi. po:yiṭṭu va:ṅka. Mani - aiya:! maṟupaṭiyũ ko:ṭaiyile kuṭumpatto:ṭa va:ṅka!

Mani : sari, varrõ

Principal : ṉallatu! Driver!, pa:ttu o:ṭṭikiṭṭu po:.

Conversation - 13

John _ Mary - College Principal - students - kallu:ri a:ṇṭu viḻa:vile kalaṉtukra:ṅka. pe:ra:siriyar Mani varave:ṟṟu pe:sra:ru : appo ṉaṭakkra uraiya:ṭal

John : Mary! innaikki kallu:ri a:ṇṭuviḻa: irukkute:, ṉa:ma ma:laiyile aṅke po:võ, sariya:?

Mary : a:mã:, John! Principal varaccolli irukkra:ru. kaṭṭa:yõ po:võ. ṉammo:ṭa Raja, Gopal reṇṭupe:rũ varrata: sonna:ṅka. ṉa:ma aṭutta ma:sõ cennaikki po:yi ṉamma 'Consulate General Office' ve:leye ve:ṟe pa:kkaṇũ, illaiya:?

ஜான் : ஆமாம், அது மிகவும் முக்கியம். அதுக்கு முன்னால் இங்கே அது சம்பந்தமான எல்லா வேலையையும் முடிக்க வேண்டும்.

மேரி : ஆமாம்! அந்த வேலை முழுவதையும் எப்படியும் இந்த மாதக் கடைசிக்குள் முடித்து விடலாம். என்ன, ஜான்?

ஜான் : அப்படியே செய்து முடிப்போம். அதோ! ராஜா-கோபால் இரண்டு பேரும் வருகிறார்கள். நீ தயாராகு! உடனே கிளம்பலாம். வாருங்கள், ராஜா-கோபால்! இன்று மிகவும் சிறப்பான நாள், இல்லையா? யார் இன்றைய சிறப்பு விருந்தினர்.

ராஜா : இன்றைக்கு மாநிலக் கல்வி அமைச்சர் ஐயா வருகிறார். அவர் பெரிய தமிழ் அறிஞர். மிகவும் நன்றாகப் பேசுவார். எப்பொழுதும் அவருடைய பேச்சு மிகவும் ஆழமாகவும் இருக்கும்; கேட்க மிகவும் அழகாகவும் இருக்கும். நீங்கள், இன்று கேட்ட பிறகு எப்படி இருந்தது என்று சொல்லுங்கள்!

நால்வரும் கல்லூரி அரங்குக்குப் போகிறார்கள்.
அப்பொழுது விழா தொடங்குகிறது - அங்கே

ஜான் : மேடையில், நடுவில் உட்கார்ந்து இருப்பவர் யார்?

ராஜா : அவர்தான் மாண்புமிகு கல்வி அமைச்சர். அவருக்குப் பக்கத்தில் இருப்பவர் இந்த நகர மேயர்.

விழா நிகழ்ச்சியில்

அமைச்சர் - விழாச் சிறப்புரை நிகழ்த்துகிறார் அனைவரும் விரும்பிக் கேட்கிறார்கள்.

மேயர் - மாணவர்களுக்குப் பல பரிசுகளை வழங்குகிறார்

பிரின்சிபால் - அனைவரையும் வரவேற்கிறார்

பேராசிரியர் மணி - விழா இறுதியில் நன்றி கூறுகிறார். விழா முடிகிறது.

விழா முடிந்ததும் மாணவர்களுடைய கலை நிகழ்ச்சி
நடைபெறுகிறது. அனைவரும் பார்த்து மகிழ்கிறார்கள்.

John : 'Yes' - atutã: rompa mukkiyõ, atukku munna:ṭi iṅke ella: ve:laiyaiyũ muṭikkaṇũ

Mary : a:mã:. anta ve:le pu:ra: eppaṭiyũ inta ma:sa kaṭaisikkuḷḷe muṭiccuṭalã:. enna, John?

John : appaṭiye: señci muṭippõ! ato:! Raja-Gopal renṭupe:rũ varra:ṅka. ni: 'ready'-a:ku, oṭane: keḷampalã:. va:ṅka, Raja-Gopal! innaikki rompa vise:šama:na na:ḷu, illaiya:? ya:ru innaikki cirappu viruntinaru?

Raja : innaikki kalvi amaiccar aiya: varra:ru. avaru, periya tamil ariñaru. rompa nalla: pe:suva:ru. eppavũ avaro:ṭa pe:ccu rompa a:lama:vũ irukkũ; ke:kka rompa alaka:vũ irukkũ. ni:ṅka innaikki ke:ṭṭa peraku solluṅka, eppaṭi iruntatu, appaṭi:nnu.

na:lu pe:rũ kallu:ri araṅkukku po:ra:ṅka - appo vila: toṭaṅkutu - aṅke

John : me:ṭaiyile, mattiyile okka:ntu irukkratu ya:ru?

Raja : avaru-tã: ma:ṇpumiku kalvi amaiccaru, atukku pakkattule irukkratu inta nakara 'Mayor'.

vila: nikalcciyile

Amaiccar - vila: sirappurai nikalttura:ru, ella:rũ rasicci ke:kkra:ṅka.

Mayor - ma:ṇavaṅkaḷukku pala parisukaḷai kuṭukkra:ru

Principal - ella:raiyũ varave:kkra:ru

Prof. Mani - vila: muṭivule nanri solra:ru

vila: muṭivule ma:ṇavaṅka kalai nikalcci naṭakkutu ella:rum pa:ttu santo:šappaṭra:ṅka

ராஜா : ஜான்! எங்கள் கல்லூரி ஆண்டு விழா எப்படி இருந்தது, சொல்லுங்கள்?

ஜான் : நன்றாகவே இருந்தது. அமைச்சருடைய பேச்சு மிகவும் தூய தமிழில் இருந்தது. எனக்குச் சில இடங்களில் சிறிது புரியவில்லை. மற்றபடி நல்ல கருத்து எல்லாம் சொன்னார், அவர். உங்கள் கல்லூரி மாணவர்கள் செய்த நாடகம், பாட்டு, ஆட்டம், நாட்டியம், நாட்டுப்புற நடனம் எல்லாம் மிகவும் பிரமாதம். நானும் உண்மையிலேயே ரசித்தேன்.

மேரி : எனக்குக் கலை நிகழ்ச்சி முழுவதும் மிகவும் பிடித்திருந்தது. 'Folk Program' எல்லாம் மிகவும் சிறப்பாக இருந்தது. அதே போல பரத நாட்டியம், சங்கீதம், எல்லாம் பிரமாதம், போங்கள்!

மாணவர்கள் மனது வைத்தால் எதையும் நன்கு செய்ய முடியும் என்பதை நிரூபித்தார்கள், இல்லையா?

ஜான் : ஆமாம்! அதில் சந்தேகம் இல்லை.

ராஜா : இதை எல்லாம் மிகவும் சிறப்பாக இயக்கியவர், பேராசிரியர் மணி அவர்களே!

மேரி : மணி-ஐயாவுக்கு நல்ல கலை ரசனை இருக்கிறது. அவரை நாளைக்குப் பார்த்துப் பாராட்ட வேண்டும்.

கோபால் : மணி-ஐயா தான் நாடகத்துக்கு வசனமும் எழுதினார், தெரியுமா?

ஜான் : அதில் நல்ல கருத்தும் இருந்தது. ஓரளவுக்கு நகைச்சுவையும் இருந்தது, இல்லையா?

ராஜா : மணி-ஐயா, இலக்கியத்தில் குறிப்பாக, நாடகத்தில் - நாடகத்துறையில் மிகவும் ஈடுபாடு உள்ளவர்.

ஜான் : ஆமாம்! அது மிகவும் சரியானதே! அவர் வகுப்பில் சிலப்பதிகாரம் நடத்தும் பொழுது, அதை நன்றாகத் தெரிந்து கொள்ள முடிந்தது.

கோபால் : அதுமட்டுமில்லை. பேராசிரியர் மணி அவர்கள் நன்றாக நடிக்கவும் செய்வார்.

Raja : John! eṅka kallu:ri a:ṇṭu viḻa; eppaṭi iruṉtatu, solluṅka!

John : ṉalla:ve: iruṉtatu. amaiccaro:ḷa pe:ccu rompa tu:ya tamiḻule iruṉtatu, enakku sela eṭankaḷule koñcõ puriyalle. mattapaṭi ṉalla karutte ellã: sonna:ru, avaru. uṅka kallu:ri ma:ṇavaṅka señca ṉa:ṭakõ, pa:ṭṭu, a:ṭṭõ, ṉa:ṭṭiyõ, 'folk dance', ella:me: prama:tõ. ṉa:nũ uṇmaiyile:ye: rasiccẽ.

Mary : enakku kale ṉikaḻcci pu:ra:vũ rompa puṭicciruṉtatu. 'Folk Program' ellã: rompa jo:ra: iruṉtatu. ate: ma:tiri 'Baratha Nattiyam', Sanki:tõ ellã: prama:tõ, po:ṅka.

ma:ṇavaṅka manasu vecca: etaiyũ ṉalla: seyya muṭiyũ appaṭi:ṅkrate ṉiru:picca:ṅka, illaiya:?

John : a:mã:, atule saṉte:kõ ille.

Raja : ite ellã: rompa ṉalla: 'direct' señcavaru Prof. Mani avaṅka-tã:

Mary : 'Mani Sir'-ukku ṉalla kale rasane irukkutu. avare ṉa:ḷaikki pa:ttu pa:ra:ṭṭaṇũ.

Gopal : 'Mani-Sir'-tã: ṉa:ṭakattukku vasanamũ eḻutuna:ru, teriyuma:?

John : atule ṉalla karuttũ iruṉtatu. o:raḷavukku ṉakaiccuvaiyũ iruṉtatu, illaiya:?

Raja : 'Mani-sir' ilakkiyattule, kuṟippa: na:ṭakattule - ṉa:ṭakattoṟaiyile rompa i:ṭupa:ṭu uḷḷavaru

John : a:mã:, atu rompa sari! avaru vakuppule cilappatika:rõ ṉaṭattrappo, ate ṉalla: teriñcika muṭiñcatu

Gopal : atu-maṭṭũ ille. Prof. Mani jo:ra: ṉaṭikkavũ seyva:ru

மேரி : ஓ! அப்படியா? பல திறமைகள் அவருக்கு இருக்கிறது.

ராஜா : பல விருதுகள் வாங்கி இருக்கிறார். அதோடு நிறைய பரிசுகள் கூட வாங்கி உள்ளார், நமது பேராசிரியர்.

ஜான் : இப்படிப்பட்ட பேராசிரியர்களால், கல்லூரிக்குப் பெருமை என்பதோடு, உங்கள் மொழிக்கும் பெருமை; இந்த நாட்டுக்கும் பெருமை என்று சொல்லலாம்.

மேரி : நாம் எல்லோரும் ஒரு நாளைக்கு ஒன்று சேர்ந்து, அவரைப் பாராட்டி, ஒரு நல்ல விருந்து கொடுப்போமா?

ஜான் : ஆமாம்! ராஜா! இது நல்ல 'idea'. அப்படியே செய்வோம், என்ன? அதோடு இசைத்துறை, தமிழ்த்துறை ஆசிரியர்கள் - ஆய்வாளர்கள் எல்லோரையும் கூப்பிடலாம். அப்பொழுதுதான் நன்றாக இருக்கும். என்ன சொல்கிறீர்கள்?

மேரி : அப்படியானால், அதை வருகிற சனிக்கிழமை வைத்துக்கொள்ளலாமா? சொல்லுங்கள்!

ராஜா : எதுக்கும் முதலில் பிரின்சிபால் அவர்களிடம் கேட்டுவிட்டு, இதை நடத்தலாம்.

கோபால் : நாம் இதைச் சொன்னால், பிரின்சிபால்-சார் மிகவும் மகிழ்ச்சி அடைவார்.

ஜான் : சரி, ராஜா! நீங்கள் இரண்டு பேரும் பிரின்சிபால் அவர்களிடம் முதலில் இதுபற்றிப் பேசுங்கள். பிறகு, நாம் எல்லோரும் பேராசிரியர் மணி அவர்களைச் சந்திப்போம், சரிதானே!

கோபால் : ஆமாம்! அதுதான் நல்லது. பிரின்சிபாலும் கலந்து கொண்டால் இன்னும் நன்றாக இருக்கும், இல்லையா?

ராஜா : ஜான்! மணி இப்பொழுது பன்னிரண்டு. மிகவும் நேரம் ஆகிவிட்டது. அதனால், நீங்கள் விருந்தகத்துக்குப் போங்கள்! நாங்களும் வீட்டுக்குப் போய்விட்டு, காலையில் இங்கு வருகிறோம்.

Mary : o:! appaṭiya:? pala teṟame avarukku irukkutu.

Raja : pala virutu va:ṅki irukkra:ru. ato:ṭa ṉeṟaya parisu ku:ṭa va:ṅki irukkra:ru, namma pe:ra:siriyaru.

John : ippaṭippaṭṭa pe:ra:siriyaruṅkaḷa:le, kallu:rikki ma:ttrõ perume enpato:ṭa uṅka moḻikkũ perume, iṉta ṉa:ṭṭukkũ perume.

Mary : ṉa:ma ellã: oru ṉa:ḷaikki se:ṉtu avare pa:ra:ṭṭi, oru ṉalla viruṉtu kuṭuppama:?

John : a:mã:, Raja! itu ṉalla 'idea'. appaṭiye: seyvõ, enna? ato:ṭa ise toṟe - tamiḻ toṟe a:siriyaruṅka - a:yva:ḷaruṅka ella:raiyũ ku:ppuṭalã: ṉalla: irukkũ, appatã:. enna solri:ṅka?

Mary : appo, ate varra sanikkeḻame vaccukala:ma:, solluṅka?

Raja : etukkũ motalle Principal avaṅka-kiṭṭe ke:ṭṭuṭṭu ite ṉaṭattalã:,

Gopal : ṉa:ma ite sonna: Principal - sir rompa saṉto:šappaṭuva:ru

John : sari, Raja! ṉi:ṅka reṇṭupe:rũ Principal-kiṭṭe motalle itupatti pe:suṅka. peṟaku ṉa:ma ella:rum Prof. Mani avaṅkaḷe saṉtippõ, sarita:ne:!

Gopal : a:mã:, atutã: ṉallatu. Principal-ũ kalaṉtukiṭṭa: innũ ṉalla:ve: irukkũ, illaiya:?

Raja : John! maṇi ippo pannenṭu. rompa ṉe:rõ a:ccu. atana:le ṉi:ṅka 'guest house' po:ṅka. ṉa:ṅkaḷũ vi:ṭṭukku po:yiṭṭu ka:laiyile iṅke varrõ.

மேரி : ஆமாம்! மிகவும் நேரம் ஆகிவிட்டது. நீங்கள் புறப்படுங்கள்! மிகவும் நன்றி. நாளைக்கு மீண்டும் சந்திப்போம். ராஜா! உங்கள் 'folk songs cassette'-ஐ கேட்டேன், இல்லையா? நாளைக்கு அதைக் கொண்டு வாருங்களேன்!

ராஜா : Sorry-எப்படியோ மறந்து போய்விட்டது! நிச்சயம் நாளைக்கு வரும்போது எடுத்துக்கொண்டு வருகிறேன். பிறகு, பார்ப்போம். வரட்டுமா?

மேரி : சரி. போய் வாருங்கள்.

உரையாடல் - 14

பேராசிரியர் மணி, ராஜா, ஜான், இசைத்துறைப் பேராசிரியர், சண்முகம், மேரி, கோபால், பிரின்சிபால் மற்றும் சிலர் கலந்து கொள்ளும் பாராட்டு நிகழ்ச்சியும் விருந்தும் நடைபெறுகிறது. அப்பொழுது நடைபெறும் உரையாடல்.

ஜான், மேரி, ராஜா, கோபால் நால்வரும் காத்திருக்கிறார்கள். அப்பொழுது, முதலில் இசைத்துறைப் பேராசிரியரும் டாக்டர் சண்முகமும் வருகிறார்கள். உரையாடல் ஆரம்பமாகிறது.

ஜான் : வாருங்கள்! வாருங்கள்! வணக்கம். நலமாக இருக்கிறீர்களா?

மேரி : எங்கள் அழைப்பை மதித்து வந்ததற்கு மிகவும் நன்றி.

சண்முகம் : ஓ! எங்களுக்கு மிகவும் மகிழ்ச்சியாக இருக்கிறது. வணக்கம்!

இசைப் பேராசிரியர் : உங்களுடன் கலந்து பேச இது நல்ல வாய்ப்பு. இல்லையா, டாக்டர் சண்முகம்?

சண்முகம் : ஆமாம். அதில் என்ன சந்தேகம்? இவர்கள் இரண்டு பேரும் நல்ல ஆராய்ச்சியாளர்கள். அவர்கள், தங்கள் நேரத்தை நன்றாகப் பயன்படுத்தி இருக்கிறார்கள். நமக்கும் அது மகிழ்ச்சியாக உள்ளது.

அப்பொழுது பேராசிரியர் மணியும் பிரின்சிபாலும் வருகிறார்கள்

Mary : a:mã: rompa ṉe:rõ a:ccu. ṉi:ṅka poṟappaṭuṅka, rompa ṉaṉṟi. ṉa:ḷaikki mi:ṇṭũ saṉtippõ. Raja! uṅka 'folk songs cassette' e ke:ṭṭẽ, ille? ṉa:ḷaikki ate koṇṭuva:ṅkaḷẽ:.

Raja : 'sorry' eppaṭiyo: maṟaṉtu po:ccu, ṉiccayõ ṉa:ḷaikki eṭuttukiṭṭu varrẽ, appuṟõ pa:ppõ. varaṭṭuma:?

Mary : sari! po:yiṭṭu va:ṅka

Conversation - 14

Prof. Mani, Raja, John, Prof. of Music, Mary, Gopal, Principal ve:ṟe selarũ kalaṉtukkra pa:ra:ṭṭu ṉikaḻcciyũ viruṉtũ ṉaṭakkratu. appo ṉaṭakkra uraiya:ṭal

John, Mary, Raja, Gopal na:lupe:rũ ka:ttirukkra:ṅka. appo ise toṟe pe:ra:siriyarũ Dr. Shanmugam-ũ varr:ṅka. uraiya:ṭal toṭaṅkutu.

John : va:ṅka! va:ṅka! vaṇakkõ. ṉalla: irukkri:ṅkaḷa:?

Mary : eṅka 'invitation'-e maticcu vaṉtatukku rompa ṉaṉṟi

Shanmugam : o:! eṅkaḷukku rompa saṉto:šama: irukkutu. vaṇakkõ.

Isaip pe:ra:siriyar
(Prof of Music)
: uṅkaḷo:ṭa kalaṉtu pe:sa itu ṉalla saṉtarppõ, illaiya:, Dr. Shanmugam?

Shanmugam : a:mã:! atule enna saṉte:kõ, ivaṅka reṇṭu pe:rũ ṉalla a:ra:ycciya:ḷaruṅka. avaṅka ṉe:ratte ṉalla: payanpaṭutti irukkra:ṅka. ṉamakkũ atu saṉto:šama: irukkutu

appo pe:ra:siriyar Mani-yũ Principal-ũ varra:ṅka

மேரி : வாருங்கள்! ஐயா! இருவருக்கும் வணக்கம். உங்களுக்காகத்தான் காத்துக் கொண்டிருக்கிறோம்.

மணி : இது எங்களுக்கு மிகவும் மகிழ்ச்சியாக இருக்கிறது.

பிரின்சிபால் : நீங்கள் இருவரும் இந்த வருடம் இங்கே வந்து, எங்கள் கல்லூரிக்குப் பெருமை சேர்த்திருக்கிறீர்கள். உங்கள் இரண்டு பேருக்கும் என்னுடைய பாராட்டை முதலில் தெரிவித்துக் கொள்கிறேன்.

மணி : ஜான்-தமிழ் இலக்கியம், இலக்கணம் இரண்டையும் மிக நன்றாகப் படித்தார். இரண்டிலும் நல்ல திறமைசாலியாக இருக்கிறார்.

இசைப் பேராசிரியர் : ஆமாம்! மேரியும் நல்ல பெண்! மிகவும் சிறந்த இசை ஞானம் பெற்றுள்ளார். இசை ஒப்பாய்வில் கெட்டிக்காரி என்று சொல்லலாம். அதில் சந்தேகமில்லை.

ஜான் & மேரி : நீங்கள் எங்களை அளவுக்கு அதிகமாகப் பாராட்டுகிறீர்கள். எங்களுக்குத் தெரிந்ததைப் பகிர்ந்து கொண்டோம். தமிழையும் தமிழ் இசையையும் முடிந்த வரை நன்றாக கற்றுக்கொண்டோம். அதுக்காக, உங்கள் எல்லோருக்கும், குறிப்பாக இந்தக் கல்லூரிக்கும் எங்கள் நன்றி எப்பொழுதும் இருக்கும்.

ராஜா : மேரி, எதையும் முறையாகச் செய்கிறார். அவரிடமிருந்து நான் பலவற்றை நன்கு தெரிந்துகொண்டேன்.

கோபால் : அதே போன்றுதான் ஜானும் ஒரு அருமையான ஆராய்ச்சியாளர். தமிழ்-ஆங்கில ஒப்பாராய்ச்சியியல் மிகவும் சிறப்பாக பயிற்சி பெற்றிருக்கிறார். அதுமட்டுமல்ல, நல்ல நல்ல கட்டுரைகள் பல எழுதி எழுதியுள்ளார்.

மணி : நம்முடைய ஆராய்ச்சியாளர்களுக்கு ஒரு நாள் களப்பணி பற்றி மிகத் தெளிவாக விளக்கிச் சொன்னார். ஒப்பாராய்ச்சிக் கொள்கையிலும் நல்ல புலமை பெற்றிருக்கிறார், ஜான். இது பாராட்டப்பட வேண்டியது.

Mary : va:ṅka, aiya:! reṇṭupe:rukkũ vaṇakkõ. uṅkaḷukka:katã: ka:ttukiṭṭu irukkrõ.

Mani : rompa makil̲cciya: irukkutu, eṅkaḷukku

Pricipal : n̲i:ṅka reṇṭupe:rũ in̲ta varušõ iṅke van̲tu, eṅka kallu:rikki perume se:ttirukkri:ṅka. uṅka reṇṭu pe:rukkũ enno:ṭa pa:ra:ṭṭe teriviccikrẽ, motalle.

Mani : John tamil̲ ilakkiyõ, ilakkaṇõ reṇṭaiyu rompa nalla: paṭicca:ru. reṇṭuleyũ n̲alla ter̲amesa:liya: irukkra:ru

Isaip pe:ra:siriyar : a:ma:ṅka. Mary-ũ n̲alla poṇṇu. rompa n̲alla ise ña:nõ irukkutu, ise oppa:yvule keṭṭikka:ri:nnu sollalã:, atule san̲te:kõ ille.

John & Mary : n̲i:ṅka eṅkaḷe aḷavukku atikama: pa:ra:ṭṭuri:ṅka. eṅkaḷukku teriñcate pakun̲tukiṭṭõ. tamil̲aiyũ, tamil̲, iseyaiyaiyũ muṭiñca varaikkũ n̲alla:ve: kattukiṭṭõ. atukka:ka uṅka ella:rukkũ, kur̲ippa: in̲ta kallu:rikki eṅka n̲anr̲i eppavũ irukkũ

Raja : Mary - etaiyũ mor̲aya: seyra:ṅka. avaṅka kiṭṭerun̲tu n̲ã: palate n̲alla: teriñcikiṭṭẽ.

Gopal : ate: ma:tiri-tã: John-ũ oru arumaiya:na a:ra:ycciya:ḷarru. tamil̲ - a:ṅkila ilakkiya oppa:ra:ycciyile rompa ser̲appa: payir̲ci señcirukkra:ru. atumaṭṭumille, n̲alla n̲alla kaṭṭuraiṅka el̲uti irukkra:ru

Mani : n̲amma a:ra:ycciya:ḷaruṅkaḷukku kaḷappaṇi-patti rompa teḷiva: oru n̲a:ḷu eṭuttu sonna:ru. oppa:ra:ycci kolkaiyileyũ n̲alla pulame irukkutu, John-kiṭṭe. itu pa:ra:ṭṭappaṭa ve:ṇṭiyatu.

மேரி : உள்ளே, வாருங்கள்! எல்லோரும் விருந்து சாப்பிடலாம். சாப்பிட்டுக் கொண்டே பேசலாம்.

இசைப் பேராசிரியர் : ஆமாம்! அப்படியே செய்யலாம், வாருங்கள்!

எல்லோரும் உள்ளே போய்ச் சாப்பிடுகிறார்கள். அப்பொழுது நடைபெறும் உரையாடல்.

பிரின்சிபால் : என்ன, ஜான்! விருந்து கொடுக்கிறீர்களே! இன்று என்ன விசேஷம்.

ஜான் : முதலில் எங்கள் பாராட்டையும் நன்றியையும் உங்களுக்கும் பேராசிரியர் மணி ஐயா அவர்களுக்கும் தெரிவிப்பது. பிறகு, மணி ஐயாவுடைய பல திறமைகளைப் பாராட்ட வேண்டும் என்பது.

மணி : நான் அப்படி ஒன்றும் செய்துவிடவில்லை. ஏதோ! என்னால் முடிந்த தமிழ் ஆராய்ச்சியைச் செய்துகொண்டு வருகிறேன். அவ்வளவே!

இசைப் பேராசிரியர் : ஜான் சொன்னது உண்மைதான். மணி ஐயாவுடைய திறமையை நாம் நிச்சயமாகப் பாராட்டியே ஆகவேண்டும். அதை ஜானும் மேரியும் செய்ததுதான் பொருத்தமானது.

ராஜா : ஜான், மணி ஐயாவுடைய ரசிகர் அதேபோல், மேரி இசைப் பேராசிரியருடைய ரசிகை. அடிக்கடி உங்கள் இருவரைப் பற்றியே பேசிக் கொண்டிருப்பார்கள், இருவரும்.

ஜான் : ஐயா! சாப்பாடு எல்லாம் எப்படி இருக்கிறது. சொல்லுங்களேன்!

மணி : எங்கள் சாப்பாட்டையும் நன்றாகவே செய்திருக்கிறீர்கள். உங்கள் சாப்பாட்டையும் செய்திருக்கிறீர்கள், அது மிக அதிகம் அல்லவா?

பிரின்சிபால் : நான் இன்று மிகவும் ரசித்துச் சாப்பிட்டேன்.

கோபால் : மேரி, நன்றாகச் சமைக்கவும் செய்கிறார்கள். இவர்கள் அடுத்த மாதம் அவர்களுடைய நாட்டுக்குத் திரும்பிச் செல்வதை நினைத்தால், மனதுக்குச் சிறிது வருத்தமாக இருக்கிறது.

Mary : va:ṅka, uḷḷe! ella:rũ viruṉtu sa:ppuṭalã:. sa:ppuṭṭukiṭṭe: pe:salã:

Isaip pe:ra:siriyar : a:mã:! appaṭiye: seyyalã:, va:ṅka!

ella:rũ uḷḷe po:yi sa:ppuṭra:ṅka. appo ṉaṭakkra uraiya:ṭal

Principal : enna, Mr. John! viruṉtu tarri:ṅka, enna vise:šõ, innaikki

John : motalle eṅka pa:ra:ṭṭaiyũ ṉanṟiyaiyũ uṅkaḷukkũ Prof. Mani aiya:vukkũ terivikkaṇũ appaṭi:ṅkratu. atukku appuṟõ, Mani aiya:vo:ṭa pala teṟameye pa:ra:ṭṭaṇũ appaṭi:ṅkratu

Mani : ṉã: appaṭi onnũ seyyalle. eto:, enna:la muṭiñca tamiḻ a:ra:ycciye señcikiṭṭu varrẽ. avvaḷavutã:

Isaip pe:ra:siriyar : John sonnatu uṇme-tã: Mani sir-avaṅka teṟameye ṉiccayõ ṉa:ma pa:ra:ṭṭiye: a:kaṇũ. ate John-ũ Mary-ũ señcatutã: poruttõ.

Raja : John, Mani aiya:vo:ṭa rasikar. Mary, Isaippe:ra:siriyaro:ṭa rasike. aṭikkaṭi uṅka reṇṭupe:re-pattiye: pe:sikiṭṭu iruppa:ṅka, reṇṭupe:rũ.

John : aiya:! sa:ppa:ṭu ellã: eppaṭi irukkutu. solluṅkaḷẽ:!

Mani : eṅka sa:ppa:ṭṭeyũ ṉalla:ve: señcirukkri:ṅka. uṅka sa:ppa:ṭũ señcirukkri:ṅkaḷe:! atu rompa atikanṯã:

Principal : ṉã: innaikki rompa rasicci sa:ppuṭṭẽ

Gopal : Mary - ṉalla: samaikkavũ seyra:ṅka. ivaṅka aṭutta ma:sõ avaṅka ṉa:ṭṭukku tirumpi po:ṟate ṉenecca: manasukku koñcõ varuttama: irukkutu

ஜான் : நாங்கள் மறுபடியும் இன்னும் இரண்டு வருடம் கழித்து இங்கே வரலாம் என்று இருக்கிறோம். பேராசிரியர் மணி ஐயா அவர்கள் ஒரு முறை எங்கள் நாட்டுக்கு வரவேண்டும். இது எங்கள் வேண்டுகோள்.

மணி : நீங்கள் அழைத்தால் நிச்சயம் வருகிறேன், சரியா?

மேரி : அடுத்த வருடம் நீங்கள் அங்கே வர ஏற்பாடு செய்கிறோம். அவசியம் வாருங்கள்!

ஜான் : நம்முடைய இரண்டு கல்லூரிகளும் ஒன்று சேர்ந்து சில ஆராய்ச்சிகளைச் செய்யலாம். அப்பொழுது, 'ஆசிரியர் - ஆராய்ச்சியாளர்' பரிவர்த்தனை செய்ய முடியும். பிரின்சிபால் ஐயா இது சம்பந்தமாக எங்களுடைய கல்லூரிக்கு எழுதினால் போதும். அவர்கள் ஒத்துக்கொள்வார்கள்.

மேரி : ஆமாம்! தமிழ், இசை இரண்டு துறைகளின் ஆராய்ச்சியும் வளர அது நல்ல வழி வகுக்கும்.

பிரின்சிபால் : நான் விரைவாக உங்களுடைய கல்லூரிக்கு இதுபற்றி எழுதுகிறேன்.

ஜான் : எங்கள் சார்பில் இந்தச் சிறு பரிசை உங்கள் இருவருக்கும் தருவதில் மிகவும் பெருமைப்படுகிறோம். நீங்கள் மறுக்காமல் பெற்றுக்கொள்ள வேண்டும்.

மணி : இதெல்லாம் எதுக்கு? நன்றி, அன்பு இதெல்லாம் மனதில் இருந்தால் போதும், ஜான்!

மேரி : எங்கள் நினைவாக இதைக் கொடுக்கிறோம். அவ்வளவுதான்.

பிரின்சிபால் : சரி! உங்கள் அன்புக்கும் பாராட்டுக்கும் மிகவும் நன்றி!

மணி : உங்கள் இருவருக்கும் எங்கள் கல்லூரி சார்பில் இந்தச் சிறிய பரிசைக் கொடுப்பதில் மிகவும் மகிழ்ச்சி அடைகிறேன். பிரின்சிபால்-ஐயாவை இதை வழங்குமாறு கேட்டுக்கொள்கிறேன்.

பிரின்சிபால் : இந்தாருங்கள்! ஜான்-இது உங்களுக்கு. அது - மேரிக்கு, வாழ்க! வளமோடு!

ஜான் & மேரி : எல்லோருக்கும் மிகவும் நன்றி! எப்பொழுதும் இது எங்கள் நினைவில் பசுமையாக இருக்கும்.

John : n̲a:ṅka mar̲upaṭiyũ innũ reṇṭu varušõ kal̲icci iṅke varalã: appaṭi:nnu irukkrõ. pe:ra:siriyar Mani-aiya: oru taṭave eṅka n̲a:ṭṭukku varaṇũ. itu eṅka ve:ṇṭuko:ḷ.

Mani : n̲i:ṅka ku:ppuṭṭa: n̲iccayõ varrẽ, sariya:?

Mary : aṭutta varušõ n̲i:ṅka vara e:r̲pa:ṭu seyrõ, avasiyõ va:ṅka!

John : n̲amma reṇṭu kallu:riṅkaḷũ onnu se:n̲tu sela a:ra:ycciṅkaḷe seyyalã:. appo, 'a:siriyar- a:ra:ycciya:ḷar' parivarttane seyya muṭiyũ. Principal-aiya: itu samman̲tama: eṅka kallu:rikki el̲utna: po:tũ avaṅka ottukuva:ṅka.

Mary : a:ma:ṅka! tamil̲, ise reṇṭu tor̲e a:ra:ycciyũ vaḷara atu n̲alla val̲i vakukkũ.

Principal : n̲ã: si:kkrame: uṅka kallu:rikki itu-patti el̲utrẽ

John : eṅka sa:rpule in̲ta sinna parise uṅka reṇṭupe:rukkũ tarratule rompa perumepaṭrõ, n̲i:ṅka mar̲ukka:ma ite va:ṅkikaṇũ

Mani : itellã: etukku? n̲an̲r̲i, anpu itellã: manasule irun̲ta: atuve: po:tũ, John.

Mary : eṅka n̲inaiva: ite kuṭukkrõ avvaḷavutã:

Principal : sari! uṅka anpukkũ pa:ra:ṭṭukkũ rompa n̲an̲r̲i.

Mani : uṅka reṇṭupe:rukkũ eṅka kallu:ri sa:rpule in̲ta sinna parise kuṭukka 'principal sir'-e ke:ṭṭukrẽ

Principal : in̲ta:ṅka, John-itu uṅkaḷukku, atu Mary-kku. va:l̲ka vaḷamo:ṭu

John & Mary : ella:rukkũ rompa n̲an̲r̲i. eppavũ itu eṅka ninaivule pasumeya: irukkũ

மணி : சரி! மணி பத்தாகிறது. அதனால் நாங்கள் புறப்படுகிறோம். பிறகு சந்திப்போம்.

ஜான் & மேரி : எங்களுக்குப் பல வகையிலும் உதவியாக இருந்த 'ராஜா-கோபால்' இரண்டு பேருக்கும் எங்களுடைய இந்தச் சிறு அன்பளிப்பு. ராஜா-கோபால், இந்தாருங்கள்! வாங்கிக் கொள்ளுங்கள்.

ராஜா & கோபால் : ஓ! மிகவும் நன்றி, உங்கள் இருவருக்கும்.

மணி : மிக்க நன்றி! நாங்கள் போய் வருகிறோம்.

ஜான் & மேரி : போய் வாருங்கள்! எல்லோருக்கும் வணக்கம்! நன்றி!

Mani : sari! ippo maṇi pattu a:ccu. atana:le, n̲a:ṅka por̲appaṭrõ per̲aku san̲tippõ.

John & Mary : eṅkaḷukku pala vakaiyileyũ rompa utaviya: irun̲ta Raja - Gopal reṇṭu pe:rukkũ in̲ta sinna anpaḷippu. Raja - Gopal, in̲ta:ṅka, ite va:ṅkikkiṅka!

Raja & Gopal : o:! rompa n̲anr̲i uṅka reṇṭupe:rukkũ.

Mani : rompa n̲anr̲i, n̲a:ṅka varrõ

John & Mary : po:yiṭṭu va:ṅka. ella:rukkũ vaṇakkõ - n̲anr̲i.

3. CONVERSATIONS: ENGLISH TRANSLATION

Conversation - 1

John : My name is John. I am from America. Greetings to you.

Mani : Is that so? Please come, greetings. Who is she?

John : Here is my little sister, Mary.

Mary : Greetings. We came to India only last week.

Mani : I am Mani. I am a professor in this College.

John : We are doing a research study in U.S.A.

Mary : I am doing my music course.

Mani : Happy to know about it. What can I do to help you. Let me know.

John : We have to stay here for nine months. I have to do my Tamil courses.

Mary : I wish to do courses on Tamil music.

Mani : O.K. You can do both these courses in our college. Let us go to the college now.

John & Mary : O.K. Let us do it now.

Mani : O.K. We shall go now.

Conversation - 2

Mani : Look! This is our College. Let us go in.

John : This certainly seems to be a big College!

Mani : Yes. This is a big College. There are three thousand students studying there. There are thirty academic departments.

Mary : Is the Music Department a big one?

Mani : Yes! It is. There are hundred students studying in this Dept. There are quite a few research scholars as well.

John : We request you to make arrangement for our stay here. That is very important for us.

Mani : O.K. We will do it today itself. We have a guest house here. So, we can make arrangement for you to stay there. Is that O.K.?

Mary : Sure! That sounds good. Please do it.

John : Is there a dining facility in the guest house?

Mani : Yes. There are good facilities. Let us first go to the office.

Mary : When does the College commence for the academic year?

Mani : It is on the 1st July. Still there is a week to go. So I will make necessary arrangement for your needs. Don't worry. This is our Office (come in please)

John : What are we expected to do here?

Mani : You both have to register here for your courses. Then you have to make payment for your accomodation in the guest house. That is all.

Mary : Shall we do it now itself?

Mani : Yes. It is advisable to pay the fees and register now.

Mani : Mr.Kannan! They are from America. They have to stay here for their studies. So, please register them for the courses.

Kannan : I will be glad to do that, right away. You, please be seated. Both of you have to pay a sum of three thousand rupees. Here are the application papers. Please fill out.

John & Mary : Mr.Kannan! Here are the forms and money.

Kannan : O.K. I have registered you for the courses. Here is your receipt. Please come! Let us go to the guest house now.

John : This guest house seems to be quite nice. There are good facilities here. This is enough for us. Thank you very much.

Conversation - 3

Mani : It is better that you take rest for sometime. So, I will see you later. Bye!

John : O.K. Sir. See you later.

Mary : John (Brother)! Shall we go to the city today to buy some of the things which we need immediately.

John : Yes, Mary! We certainly have to do that. Shall we do it this evening?

Mary : Shall we go by bus to the city?

John : Yes. We will take bus no.10. There is a bus at 4 O' clock.

John and Mary return from their shopping trip

Mary : We have bought enough to last for a month.

John : Don't we have to buy some of the books for our courses?

Mary : We can possibly check out the books from the Library.

John : Yes. That is fine. We shall go to the Library tomorrow.

Cook : What can I prepare for your dinner?

Mary : We would like to have dosai, sambar, rice, pepper sauce (rasam), yogurt for our dinner tonight.

Cook : I will prepare all these (items). I have yogurt also. Do you need any coffee/ tea now?

John : Please give us some coffee now. It is O.K. if the dinner is ready by 8 O' clock.

Cook : O.K. I will bring your coffee now. I will cook food later on for your dinner.

At 8 O' clock in the evening - Dinner time

Cook : The food is ready. All the items are fresh and hot. So, please come and have your dinner now.

Mary : Yes. We are ready.

Both of them have their dinners

John : Dosai is very tasty. The pepper juice is excellent.

Mary : Sambar is also very tasty. We like your food very much.

Cook : Please tell me whatever dishes you like. I will cook for you.

John & Mary : O.K. We will do it. Thank you very much.

Cook : Have some fruits. This is a good variety of banana.

John : Yes. Eating banana after food is good. O.K. See you in the morning.

Conversation - 4

Mani : Hello! John! How are you? Is everything convenient for you? Do you need anything else? We will be happy to attend to your needs, if you let us know. O.K.?

John : We would like to visit some of the important places in and around the Coimbatore city (on some day). It will be helpful, if someone accompanies us.

Mani : Is that so? I will make necessary arrangement for your visit during this week end to some of the important places in and around the Coimbatore city. If you leave your guest house by 9 a.m, you can return in the evening for dinner here.

Mary : That would be fine. Let us do it John! We can have our lunch in a restaurant, shall we?

John : Why don't you give us an idea about the famous places of interest.

Mani : Koniyamman temple, Textile Mills, Agricultural University, Botanical Gardens, Central Library, Music College are some of the famous places you can visit. Then of course, you also can visit Marudhamalai, Bharathiar University, Perur Shiva Temple, Kovai Water Falls and such other places.

Mary : Yes. I think we can visit all these places in a day, and we can visit other places later.

John : Yes. Prof. Mani! You can arrange this. We can start on saturday morning.

Mani : Mr.Raja, our research scholar will accompany you. So all three of you can hire a car and go to these places. That will make your travel quick. Raja is a nice gentleman. He will take care of you. Is that O.K.?

Mary : Sir, where does Mr. Raja stay? What is the field of his research?

Mani : Raja is staying in the nearby students' hostel. He is a researcher in the area of Tamil music, of all things!

Mary : Glad to know this. I am eager to meet Mr. Raja and discuss with him.

Mani : I will ask Mr. Raja to meet you this evening and you can talk to him.

Mary : That is fine. Because I would like to discuss with some such researchers about my own research. I also would like to meet the professor of music, here.

Mani : You can ask Mr.Raja about the Dept.of Music, when you see him. He will provide you more information in detail.

John : Yes, Mary! we can visit the Dept. of Music with Mr.Raja at the beginning of this week.

Mani : O.K. Mr.John! When are you planning to visit the Tamil Department?

John : I will be visiting on Monday. You can start teaching me on that day itself.

Mani : We will do as you wish. It is alright if you attend lectures for three days a week, for a total of six hours.

John : I will attend the classes, as per your advice. I prefer to learn the spoken Tamil, first.

Mani : That is good. That will definitely help you. As it is, you seem to doing reasonably well. Congratulations!

John : I have very limited knowledge. I need to go a long way!

Mani : Alright! I have some work to attend. So let me take leave of you now. Bye!

John : Thank you very much. See you later. Bye!

Conversation - 5

Raja : Hello! May I come in?

John : Come in please! May I know your name please?

Raja : My name is Raja. Prof.Mani asked me to meet you. I am doing research in this College.

John : Please come in, Mr.Raja! Have a seat. Let me call my little sister Mary now. She is eager to meet you.

John introduces Mary to Raja

John : She is my little sister Mary. She has come with me to India, to study Tamil music.

Raja : Greetings! Ms. Mary! Please be seated. I am happy to discuss with you.

Mary : I am indeed very much pleased to meet you. Prof. Mani spoke highly of you. I am also working on a topic in the area of Tamil-English Music from the comparative point of view.

John : You both please go ahead with your discussion. I will join you later.

Raja : O.K. Thank you very much.

Mary : How long have you been doing research? What is your speciality?

Raja : I am doing research here for the past two years. I am doing research on comparison of music of north and south India. This is also a kind of comparative research in music.

Mary : Our research work seems to be almost similar in several respects. Is it not? What are the objectives of your research, Mr. Raja?

Raja : My main objective is to identify the commonality-common features found in both the types of music. That is identifying 'unity in diversity' in music.

Mary : Did you study north Indian music as a subject?

Raja : Yes! This was one of the subjects in my M.A. Degree course. I also can play a few musical instruments.

Mary : What are the instruments you play?

Raja : I can play Veena, Flute, Harmonium, etc. Do you play any of the musical instruments?

Mary : Yes. I too can play Flute, Sitar, etc. to a certain extent. I also can sing (vocal music)

Raja : I too can sing, Tamil songs. I have also composed a few songs.

Mary : You sure are great! I am indeed very happy in meeting you.

Raja : Prof. Mani told me that you and your brother would be interested in visiting some of the famous places in and around Coimbatore city.

John joins them at that time

Mary : Here is John!. John! shall we confirm our saturday visitation?

John : If it is convenient to Mr.Raja, we can finalise the schedule.

Raja : I am free on saturday. So, I am ready to accompany you. We all can go. That will give us an opportunity to have more discussion and talk to each other. Is it not?

Mary : Yes. That is true. Certainly we can discuss more.

John : Mr. Raja! Mary is always keen to talk about her study-research, etc.

Raja : At this point of time, that is certainly important. I whole heartedly welcome such discussions.

John : I can understand, since both of you are engaged in the same type of research study.

Raja : O.K.! Let me go out and fix a car for our travel. So I will get in touch with you, again. Bye!

John & Mary : O.K. Bye! We will see you tomorrow morning. Thank you very much for meeting us.

Conversation - 6

Raja : Hello, Mr.John! The car is ready. Are you ready(to go)?

John : Hi, Raja! Please be seated. We will get ready in five minutes.

John and Mary come out after five minutes

Mary : Good morning! Mr.Raja. You are quite punctual. Thank you very much.

Raja : Shall we start now? Please keep all your baggage in the car.

John : O.K. I have just two bags. I have to buy two bottles of water. That is all.

Mary : Can't we buy them on our way?

Raja : We will buy it in a store when we enter the city. I have brought with me fruits,biscuits and peanut. Would you like to buy anything else?

John : Shall we buy soft drinks like coke,pepsi,etc?

Raja : O.K.! We can get it in a store. Driver! Let us start. It is getting late.

Driver : O.K. Sir! Please get into the car. We shall start immediately

All of them get into the car

Raja : Driver! Please stop the car near that store. We can buy everything there.

Driver stops the car. Raja and John buy the requirements

John : Mr.Raja! Please tell me where shall we go first.

Raja : First let us go to the Koniyamman Temple, and later on to the Agricultural University and the Music College. Is that O.K.?

Mary : O.K.

All the three of them visit the temple and colleges

Mary : This is an excellent Music College!

Raja : Yes! This is a Government College. They have good facilities here.

John : Where shall we have our lunch?

Raja : Let us have it in 'Hotel Annapurna'.There we get good food.

All the three of them have their food in the hotel

Raja : Now the time is 2 O' clock. We will straight away go to the Bharathiar University. Marudhamalai is very close. We can go to Marudhamalai from there.

Mary : Mr. Raja! Is it not that Bharathiar a Tamil poet?

Raja : He was a freedom poet. This University is named after him only.

John : Is this not a big University?

Raja : Yes, it is. There are seventy five colleges affiliated to it. Our college is also one among them.

John : Do they have a Tamil Dept. here? I have to visit that Department.

Raja : I will take you to the Tamil Dept. next month. One of my friends is doing research in that Dept.

All of them come out of the university campus

Raja : There it is! What you see there is Marudhamalai. It is three miles away from here. There is a Lord Murugan Temple.

John : Lord Murugan is considered to be a Tamil God, is it not?

Raja : Yes. The word 'Murugu' means 'beauty' in Tamil. A tribal community by name Irula lives on this hill.

Mary : If we start from here now, we can reach Perur on time.

Raja : Yes. We are now proceeding to that temple only. It is a very old temple, built in the 10th century A.D.

At Perur Shiva Temple

John : Many of the sculptures in the temple are really very beautiful.

Mary : John! Look! There are a number of inscriptions on the temple walls.

Raja : All these inscriptions have been published in a book form. There are a lot of references about history, culture and so on found in these inscriptions.

John : O.K. Now, the time is seven O' clock. Shall we leave?

Raja : Yes. If we start now, we can reach the guest house in an hour. Shall we start?

Mary : I am thirsty, shall we have a tender coconut?

Raja : Yes. There is a store where we can get tender coconuts.

All the three of them have tender coconuts

John : We had a wonderful outing today. A day to be remembered, is it not?

Mary : Really! we were able to visit some of the important places. We should thank Mr.Raja for this.

Raja : Thank you very much. I am so happy.

John & Mary : O.K.! Let us start now.

Conversation - 7

Mani : Hello, Mr.John! How are you doing? How was your outing?

John : I am fine. Our outing was wonderful. We were able to enjoy seeing several places. We have to thank you and Mr. Raja for that.

Mani : There are ten teachers in our Department. We have fifteen research scholars (Ph.D. students). There are approximately one thousand students who study Tamil here. Ramu! Ask our teachers to come to my office room.

Ramu : Yes, sir! I will do it right away.

Some of the teachers come to his office room and Mani welcomes them

Mani : Welcome to all of you. This is Mr.John from U.S.A. He has come here to study Tamil during this academic year. He is doing Tamil research in U.S.A.

Ravi : Mr. John! What is your research on?

John : It is about teaching Tamil as a second language. This is a linguistrics related field. I know Tamil to a certain extent. But, I would like to learn more.

Shanmugam (one of the teachers)
: We will teach you both literature and grammar, particularly some of the important ones. Is that O.K.?

John : Yes. I would like to learn in particular works such as Tolkappiyam, Nannul, Cankam Literature, Epics, etc.

Mani : Good going. Dr.Shanmugam will teach you the Tamil grammar. Prof.Ravi will teach you the cankam literature. I will teach you the epics 'Chilppatikaram' and 'Manimekalai'. Is that O.K.?

John : Yes! By all means. Shall I start my lessons from tomorrow?

Mani : Yes. Prof. Shanmugam and Prof. Ravi! Please tell me whether John can attend classes from tomorrow.

Shanmugam & Ravi
: Yes. He is welcome. We can have 2 days for grammar, 2 days for literature and one day for epics, on a weekly basis.

John : In addition to my learning Tamil, I have to conduct field study for my research work.

Shanmugam
: Are you working on any research project now?

John : I am now working on a project on the present day dialects of Tamil.

Ravi : Some of our research scholars are also doing research in this area of study. So , it would be better if you go for your field work with them. That will help you to complete it on time.

John : Could you please introduce them to me?

Mani : Ramu! Please ask Mr. Murugan and Mr. Samy to come in!

Ramu brings them both to Prof. Mani's office

Mani : Mr. Samy and Mr. Murugan! He is Mr.John. He is a researcher from U.S.A. You both please help in his field work. Is that O.K.?

Samy & Murugan : We will help him, sir. We will do it according to his need.

Mani : Mr.John! You can discuss with them later on, and finalise the arrangement. I think this will expedite things.

John : Yes, please! I will do it in that way. Let me go to my room now and come back tomorrow. Thank you.

Mani : O.K. Good bye! Let us meet in the class tomorrow.

Conversation - 8

Raja : Hello! Mary! come let us go in. This is the Dept. of Music - our Dept.

Mary : Is that so? The structure of this building reflects the traditional culture.

Raja : Yes. That is certainly true. Come, let us first meet the professor of music.

Discussion in the Professor's room is described below

Raja : Good wishes, Madam! She is Ms. Mary from U.S.A. She is registered for the Tamil Music course in our Dept.

Mary : Good wishes to you. My name is Mary. I am doing research in music. I have to do courses in Tamil music for nine months. Can you help me?

Usha : Yes, you are quite welcome to do the courses. We have adequate facilities here. We can teach you vocal music, instrumental music as well as folk music. Is that O.K.?

Mary : This suites me just fine. Indeed I have been longing for studying such courses.

Raja : It seems, she is doing research on comparative music, in U.S.A.

Usha : In that case, I think our Dept. will be quite useful for her study. Is it not?

Mary : Yes! That is why I have chosen your Dept.

Usha : Where are you staying? It will be nice, if you stay nearer to this place. Because we start some of our classes at 8 a.m.

Mary : I will be on time at 8 a.m. I am staying in the college guest house only. I would like to learn first Tamil vocal music and veena. Then I need your guidance for my research. That is all I need.

Usha : I can personally teach you vocal music. One of our teachers by name Meena will teach you veena. Let me call her right now.

Meena comes to the office room

Usha : Meena! Please come in! She is Mary from U.S.A. She has registered for the Tamil music studies. Please teach her Veena daily for an hour, and this should be sufficient.

Meena : Another five students have joined the Veena class today. So, I will teach her Veena, daily along with them.The veena class is at 9.30 a.m for an hour. Please come on time.

Mary : In that case, I will be here at 9.30 a.m. sharp for the veena class, tomorrow.

Meena : O.K., Mary! We will meet tomorrow.

Raja : Ms. Mary! There are ten research scholars (Ph.D.research students) in this Dept. Would you like to meet them?

Mary : Initially I would like to meet those who are engaged in the comparative research.

Raja : That is a good idea. Then, in that case we can meet today Miss Valli and Miss Kamala.

Raja takes her to the researchers' room

Raja : She is Ms. Mary. She is a researcher from U.S.A. She is going to be with us for nine months. She wants to have discussion with both of you.

Valli & Kamala : O.K.! We don't have any class now. So we are ready to discuss right now.

Mary : Thank you very much. We can proceed. Please be seated.

Raja : You, please continue your discussion I will be back at 1 p.m. Then we can go to your guest house.

Mary : O.K. Mr. Raja! Please do so. I will be ready by 1 p.m. We can leave as soon as you return.

Raja : O.K. See you later. Thanks.

Conversation - 9

Mani : Good wishes to all of you. Please comc in. How are you all? Please be seated.

John, Mary & Others : Good wishes to you Professor, sir. We are fine. How are you?

Mani : I am fine. Kannahi! All of them are here. Why don't you join us?

Kannahi : Welcome to all of you and good wishes. I have heard a lot about you all. Excuse me, I will join you in a minute.

Kannahi goes inside the house

Mani : We are indeed very happy to have you all for the dinner in our home.

Mary : It is indeed a pleasure for us also . We have learnt a lot during these two months. Now I can say with some confidence that I can sing Tamil songs, fairly well.

John : I am also doing well the courses on Tamil grammar and literature. I am sure all these will be quite useful for my research and teaching later on. We are indeed very grateful to this college for this (opportunity).

Kannahi : Dinner is ready now. Shall I start serving tomato soup to you all?

John & Mary : O.K. Please do! We love tomato soup.

Mani : We cook only vegetarian food in our home.

John : We also go for mostly vegetarian food since our arrival here. Your idli-sambar is really out of the world!

Mary : Why? even, their dishes such as dosai, chutney, buttermilk sauce, mixed vegetable curry are also very tasty.

Usha : Not bad at all. You seem to be quite familiar with all these names.

Meena : Ms. Mary! Do you often go out for eating?

Mary : No! We get everything in the guest house. We go out for eating, very rarely.

Raja : Last week we had been to the 'Udupi Krishna Bhavan'. Both of them enjoyed eating 'Mysore Pauk' sweet as well as 'Vadai'.

Kannahi : All of you please come in for the dinner. Feel free to wash your hand. We all can eat now.

Mary : Yes. We are ready. Let us all eat.

Mani : We have kept all the dishes on this table. There are dishes such as Pongal, Idli, Sambar, Dosai, Rice, Vadai, Yogurt, Pappad, Pickle, Buttermilk Sauce, etc. Please help yourselves and please eat well.

All of them start eating

Raja : Always we get tasty and good food in (our) Professor's home. More than that, the affection and kindness they shower on us is very important.

Usha : Prof. Mani enjoys the support and respect of the students. Everyone listens to him.

John : That requires a special ability. Prof. Mani has it. There is no doubt.

Mary : I have also heard everyone praising him.

Mani : Love with caring is considered as very important. I have inculcated this from my childhood.

Mary : Where are your children? We would like to meet them.

Mani : They are studying at Chennai (Madras). Both are studying medicine. They are staying with their grand parents.

John : Is that so? I am happy to know about it.

Kannahi : They have vacation next month. They will be here for the vacation. So, you can meet them, then.

Mary : The dinner is excellent. Really we ate a lot.

Kannahi : We have a few more dishes like dissert, fruits, buttermilk, etc.

John : I like your payasam (sweet keer). Mary also likes it and let us have it.

All of them finish their dinner

Mani : How was the food? Did all of you like it?

John, Mary & Others
: Food was excellent. Our thanks are due to Mrs.Kannahi for the tasty feast.

Kannahi : It makes us extremely happy that you enjoyed our food. Please do join us whenever you have the time. O.K Mary?

Mary : Sure! I will come again. I would like to talk to you. I heard that you also play Veena very well.

Kannahi : I do play. I do not know if I am good. How did you find out?

Mary : Mr. Raja told me.

Mani : Thank you all for visiting us.

Usha & Meena : Thank you both. Bye!

Mani & Kannahi : Bye!

Conversation - 10

Shanmugam : The name of this place is Chettipalayam. It is a small town, with a population of two thousand people.

John : I would like to study the dialect data spoken in this place. Shall we elicit the data?

Shanmugam : John! Please give me your questionnaire. Let Gopal and Raman go into the town and bring informants (for the data collection)

John : What is the equivalent Tamil word for 'informants'?

Shanmugam : The word which we use is 'takavala:ḷiṅka'.

Raman : First let us meet the town Panchayat Board President and request for his help. If he supports, we will certainly get the help of the people.

Gopal : Yes! That is good. Please come. Let us go and meet Mr.Ramasamy Gounder.

Raman : Do you know him?

Gopal : Yes, I know him very well. He is my older brother's friend. If he is available, he will definitely help us.

Ramasamy Gounder was in his home. All of them meet him and convey the reason for their visit

Ramasamy Gounder : Brother! Do you need data for your research? What type of people do you want? Tell me? I will get them for you.

Raman : We need fifteen informants, five each in each of the three age groups viz., 15-25, 26-40 and 41-60.

Ramasamy Gounder immediately sends his representative to bring fifteen informants. He returns with fifteen informants

Ramasamy Gounder : Look! These people are from Coimbatore. This gentleman is from America. They need some dialect data from you people. So, please sit with them and answer their questions. I am going out of town now. I will be back in the evening. So, you all complete your work and be here. You can have dinner with me and then go home. Is that alright?

Raman : O.K. Sir! Your wish is our command. We will be here and have dinner with you and then go. Mr.John also will be with us.

Ramasamy Gounder goes out. All the others start their field work

Gopal : There are fifty questions in this questionnaire. Let us ask these questions first. Mr.John! shall we interview five informants each, today? Is that O.K.?

John : Yes. That is O.K. Then only we will be able to complete the work in time. Why not we go to a quiet place, sit with the informants and write down the data from them and later tape the information. O.K.?

Raman : That is right. As we have a tape recorder with us, there won't be any difficulty in it.

John, Gopal and Raman interview the informants and elicit the required data from them

John : Mr. Raman! shall we now audio record the data that we have so far transcribed (using the phonetic script)

Raman : O.K. By all means we can do it. Is there battery cell in it?

John : Yes, there is! You can record the data, as you have very good voice. Also, you administer the questions very well.

Raman : You also can ask some of the questions. Let us see how far the informants are able to comprehend your speech (in Tamil).

John administers a few questions

One Informant : He speaks Tamil very well. Where did he learn Tamil?

Gopal : He started his Tamil lessons in U.S.A and now continuing at Coimbatore with us.

John : Mr.John! I think that dialect data collected is sufficient. Shall we now collect some 'folklore' data? Is it possible?

Raman : Can any of you sing or describe folk songs or folk tales like Annanmar Samy Story, Madurai Veeran Story, etc.

Another Informant: I know a little. My uncle also knows. So we both can do it. Is that O.K.?

John : Please do so. That is fine.

Both the informants narrate and sing the folk songs and tales

Raman : Mr. John! You are lucky to collect good data today.

John : I have to thank both of you for this.

Gopal : The Town Panchayat Board President is calling us. Come! let us go!

Ramasamy Gounder : How was your field work? How did the informants answer your questions?

John : Yes. They were able to answer 90% of our questions. This is enough for us. We have to thank you for your help.

Alright! Let us have dinner now.
You can go to your place after the dinner

Ramasamy Gounder : How was our food?

John : I liked it very much. I really ate well.

Ramasamy Gounder : Not bad at all! You speak Tamil beautifully. So good bye to all of you. Take care. Brother (Gopal!). Convey my regards to your older brother. If you need any further help from me, please do not hesitate to stop by. You are quite welcome.

John, Gopal & Raman : Thank you, sir. Good bye!

Conversation - 11

John : Hello, Raja and Gopal! Good wishes to both of you. Thanks for coming.

Raja : We should thank you for the invitation. Because this gives us a great opportunity to talk to you. Is it not?

John goes to his room and brings Mary with him

Mary : Please come! Greetings! we are off on vacation for the next ten days. So, we would like to visit some of the places in Tamilnadu.

Gopal : Yes. You sure can make use of this vacation for that purpose. You can visit Madurai, Kanyakumari, Rameswaram, Panchalankuricci in the sourthern part of Tamilnadu. In the East, you can visit Trichy, Thanjavur, Chidambaram, Poompuhar. You can also visit places such as Mahabalipuram, Thiruvannamalai, Kanchipuram, Chennai in the northern part of Tamilnadu. Anything else?

Raja : You can also visit hill resorts like Ooty, Kodaikkanal, Yercaud, etc.,

Mary : I think this time we shall visit some of the places in the southern and eastern parts of Tamilnadu. John! what do you think?

John : O.K.Mary! So be it! Let us make a travel schedule. We need Mr. Raja's help.

Raja : Certainly, I can help you in whatever way possible. I don't have any difficulty at all.

Gopal : Mr.John! If you are visiting Kanyakumari, you can visit Kerala State also, as it is very near to Kanyakumari.

Mary : Yes, John! That is a good idea, we will go for it.

John : Mr. Raja! In that case, you should get us tickets for our rail journey. Also, if you can make arrangement for our stay in those places during our visit, it will be very helpful. Can you please do it for us?

Raja : I sure can! I will do it today itself, O.K.?

Mary : Thank you Mr.Raja. Sorry we are causing you so much of inconvenience quite often

Raja : There is no inconvenience at all for me. It is our duty to help you.

John : Mr.Raja! why don't you join us? it will be nice, if you also come with us.

Mary : Yes, Mr.Raja! Indeed I wanted to invite you. Now that John has done it, please do come with us. Let us all go together.

Gopal : Yes. It will be very much helpful to you, if Mr. Raja accompanies you. Mr.Raja! you please try to go with them.

Raja : Let me first get an O.K. from my mother. Then I will try to accompany you.

John : Here is a sum of rupees two thousands. Please use this for our expenses.

Raja : Gopal also can come with us. But, he is deeply involved in writing his research work.

Gopal : That is right. It is very difficult for me to visit any place for two months. However, I will try to make the trip with you next time.

Mary : O.K. Mr. Gopal. You, please finish your important task, first, then we all can go.

John : How many Dravidian Languages are there?

Raja : There are in total 24 Dravidian Languages. Tamil is the oldest among them. Kannada, Telugu, Malayalam are also literary - written languages. There are six Dravidian languages spoken by different tribal groups in Ooty. We can meet them when we visit the Nilgiris. There is yet another group called 'Badaga', but it is not a tribal one.

Mary : I have read about the Toda tribal people.

Gopal : Todas, Kotas, Irulas, Paniyas, Kattunaickas, Kurumbas are all tribal groups of the Dravidian Family.

John : We have to go to Ooty next month with Prof. Mani. He has agreed to take us with him. When we visit, I would like to listen to some of the folk songs and tales of these tribes.

Mary : I have interest in the tribal music - folk songs. So, shall I also join you, when you go to Ooty?

Raja : By all means, please come with us. I think you can enjoy their folk songs, dance, handicrafts and so on.

Gopal : I will also try to come with you when you visit Ooty. I can be of some help to you there.

John : Certainly, we will be very happy, if you can make it. This is a good opportunity for all of us to go together.

Raja : Mr.John! I should probably leave now. Because, it may take atleast an hour to reserve the ticket for our journey. I have to go home first and get my mother's permission and then I have to go to the city to get all these things done. So, I will meet you in the evening.

Mary : O.K.! Bye! Let us meet in the evening. Thank you, Mr. Raja.

Conversation - 12

Raja : Mr. John! we are here. Are you ready (to go)? A van will be waiting at Prof. Mani's home. Shall we start?

John & Mary : Yes! we are also ready. Please come in! We will have some tea and then go.

Gopal : O.K. Hello! cook! Can you give us tea quickly?

Cook : The tea is ready. Please have it.

After having tea in the guest house all four of them leave for Prof. Mani's home

Mani : Welcome! All of you! I am ready to start. The van is also ready. Please keep all your baggage in the van. Let us start.

All of them keep their baggage in the van

Driver : Sir, everything is O.K. Shall we start?

Raja : Sir, you please be seated at the front. We all can sit at the back.

Mani : O.K. Driver! Let us start. We are going to stay in the J.S.S. College Campus at Ooty. We have excellent facilities there.

John : I would like to buy some medicines on the way.

Raja : Driver! please stop here for a while. Let us buy the medicine in the nearby medical store.

Mani : Did you get the medicine, Mr. Raja?

Raja : Yes, sir. Now we can proceed.

They all reach J.S.S. College Campus, Ooty

Principal : Welcome all of you. Prof. Mani! Did you have a comfortable journey? Please come in!

Mani : John and Mary are from America. Raja and Gopal are our research scholars. We did enjoy a pleasnat journey.

Principal : Good wishes to all of you. I have made arrangement for your stay in our guest house. You please tell us whatever you want. Our employees will get them for you.

John : We would like to visit some of the important places here. Also we certainly would like to visit atleast a couple of tribal settlements

Principal : Our Rajanna will take you to all the important places. You don't have to worry. Rest up for a while and then you can go out for sight seeing. Is it O.K.?

Mani : Now the time is 11 O' clock. Let us all have our lunch first. Later on we can visit 'Botanical Garden', 'Toda Settlement' and 'Dodda Betta'.

John : That is fine. It is enough if we visit these places today. We can visit some other places tomorrow.

Mary : We should not forget to take the tape recorder and camera with us.

Raja : O.K. They both are in my hand bag. I won't forget to take them.

Gopal : I have a friend in the 'Toda Settlement'. I also know a few Irula and Kurumba tribal gentlemen. So, I will take you to those settlements.

Mary : Thank you very much, Mr. Gopal. You might have visited this place quite often for you research. Is it not?

John : That is how he knows so many people here.

Mani : Gopal moves well with everyone. That is why he has so many friends.

Mary : Even our Raja does the same. He accomplishes a lot always keeping a smile on his face.

Gopal : That is true. The title makes sense. 'king is king' (Raja is 'Raja')

Mani : Gopal is very articulate. Do you understand his pun (explaining the ambiguity in meaning)

John : Yes! I am able to understand it, well. He says that Raja is like a king. Is that right?

After lunch all of them start from there for sight seeing trip

John : This 'Botanical Garden' is very beautiful. There are many big and old trees here.

Gopal : If you go further up, there is a Toda Settlement. Shall we go there?

Mary : Fine. When we reach I would like to do some field study for my research. O.K.?

John : I also would like to record their speech , and ask them to narrate one or two folk tales.

Mani : We can spend an hour there. So you can ask them about their speech (language), folk songs, folk tales, and record them. Mr. Gopal will help you in this work.

Mani : O.K ! It is getting late. Now, let us go to 'Dodda Betta'. We can view the whole of this mountain. This is the highest peak.

Mary : Is that the highest place on the mountain ?

Mani : Yes. In the Kannada language, 'Dodda Betta' means big mountain 'highest peak'.

John : Now, it is quite clear to me.

Mary : This is not only the peak, but also a very beautiful place. Is it not, John?

John : Sure ! There is no doubt. O.K ! Let us go back. It is getting late.

Next day all of them visit the tribal settlements and the Ooty Lake

Principal : When did you all come back ?

Mani : We came back just now. We traveled quite a distance. We visited many spots as well. We had a nice time. Thank you.

Principal : O.K. Let us all go and have our dinner. We have arranged a special feast for you.

All of them have their feast with the principal

Mani : Principal - sir, we would like to leave this place by 8 O' clock in the morning tomorrow.

Principal : O.K. I will ask our people to wake you up by 6 O'clock. You can start from here after your breakfast.

John & Mary : Principal - sir ! You have really helped us in several ways. We appreciate your help and we thank you.

Raja : It was not very cold this time. So, we were able to go around freely and see places.

Mani : O.K. then ! All of you please go to your rooms and sleep well. We need to leave early. O.K.?

After the Breakfast

Mani : Driver ! We have to start immediately. Let us go to the princpal's room and take leave of him.

All of them : Principal-sir! We are leaving now. Memorable stay for three days . Thank you for your help, feast, etc.

Principal : It was indeed my pleasure too. Farewell ! Prof. Mani ! please come back in summer with your family.

Mani : O.K. Bye !

Principal : Alright ! Driver ! drive carefully.

Conversation - 13

John : Mary ! The college anniversary is to be celebrated today. So we have to participate in the function this evening. Shall we ?

Mary : Yes, John ! Principal has invited us. Must go. Mr.Raja and Mr.Gopal also will join us. We have to go to Chennai next month and attend to our work in the 'Consulate General Office'. Is it not ?

John : Yes. That is very important. Before that we have to complete all our work here.

Mary : I hope we can finish that work by the end of this month. What do you think, John ?

John : O.K. Let us try to complete it. Mr.Raja and Mr.Gopal are coming there. You, please get ready. We shall shart immediately. Hello ! Mr.Raja and Mr.Gopal! Today is a special day, is it not? Who is the chief guest for today's program ?

Raja : Our Hon'ble Education Minister is the chief guest. He is a great scholar in Tamil. He is a good speaker. His speeches are very deep and pleasant to listen. You can give your comment, after listening to his speech today.

All four of them are going to the College Auditorium. The function begins

John : Who is that gentleman sitting in the middle on the stage?

Raja : He is our Hon'ble Minister for Education. The one sitting next to him is the Mayor of the city.

In the program

- Hon'ble Minister for Education delivers the special address
- The Mayor distributes prizes to the students
- The Principal of the college welcomes the gathering
- Prof.Mani proposes a vote of thanks at the end of the function

After the function was over, there was a cultural show performed by the students of the college and the audience are delighted

Raja : Mr.John ! Tell me ! How was our annual day celebration, today ?

John : It was quite alright. Hon'ble Minister's speech was mostly in high literary Tamil. I was not able to comprehend some of his usages. However, he delivered a thought provoking speech. The cultural program of the students was really good. Indeed I enjoyed it very much.

Mary : I enjoyed the whole cultural program. The folk dances, etc. were very good. In the same way the Bharatha Natyam, Carnatic Music etc. Were also excellent. The students have really proved that they could do wonders, if they put their best efforts. Is it not ?

John : Yes! There is no doubt about it.

Raja : Prof. Mani directed all these programs and guided the students.

Mary : Prof. Mani has a great taste in arts. I think, we should congratulate him tomorrow.

Gopal : The dialogues for the drama were also written by him. Did you know?

John : It was thoughtful with a nice touch of humour.

Raja : Prof. Mani is quite involved not only in literature but also in the area of Dramatic Art.

John : Yes. That is quite correct. I have observed this while he was teaching us 'Chilappatikaram' in the class.

Gopal : Not only that, Prof. Mani also acts very well

Mary : Is that so? He is a man of many skills

Raja : He has received awards with several titles as well as prizes for this.

John : These learned people bring honour to your college, your language and to the entire nation.

Mary : Why not we all join together and felicitate him on some day? We can arrange for a good dinner also.

John : Yes, Mr.Raja! That is a good idea. We must do it. We also can invite the teachers and research scholars of the Depts. of Tamil and Tamil Music for the felicitation program. What do you say?

Mary : In that case, shall we do it on the coming saturday?

Raja : First let us try to get the approval of the principal for this, and then proceed.

Gopal : Our Principal will be too happy when we propose this.

John : O.K., Mr. Raja! You and Gopal please meet and discuss with the principal. Then we all can meet Prof. Mani and invite him.

Gopal : Yes. That will be good. It will be nice to have the principal also in the program.

Raja : Mr. John! Now the time is twelve. It is already too late. So, you please go to the guest house and take rest. We will be going to our residence also. We will see you tomorrow.

Mary : Yes, it is too late now. You can leave now. Thank you very much. We will meet again.

Mr. Raja! As I requested you earlier to provide me with your folk songs audio cassette, can you bring it along tomorrow?

Raja : I am so sorry. Somehow I forget to bring it with me. However, I will get you the tape tomorrow, see you then.

Conversation - 14

John : Hello! Greetings. How are you?

Mary : Thank you very much for coming.

Shanmugam
: We are indeed very happy to participate. Good wishes to you.

Professor of Music
: It is a good occasion to meet and spend sometime with you. Is it not Dr. Shanmugam?

Shanmugam
: Yes, Madam! undoubtedly. Both of them are very good researchers. They have made use of their time very well. We are indeed very happy about it.

Prof. Mani and the Principal arrive at the guest house

Mary : Please come in! Greetings to both of you. We are all just awaiting for your arrival.

Mani : We are very happy, indeed!

Principal : This year, both of you have contributed to the prestige of our college. So let me first congratulate you.

Mani : John has learnt Tamil Grammar and Tamil Literature extremely well and is well versed in both.

Professor of Music : Yes-sir! Mary is also a great student. She possesses very good knowledge of music. She is quite able in comparative research in music, without any doubt.

John & Mary : You are praising us too much. We have shared whatever knowledge we had in the subject (with others). That is all. We have learnt Tamil and Tamil Music as far as possible to the best of our abilities. We have to thank you for that and will remain grateful to this college forever.

Raja : Mary does everything in a systematic way. Indeed I learnt many things from her.

Gopal : Yes. Mr. John is also a super researcher. He has very good training and knowledge in comparative literary study of Tamil and English. Not only that, he has also published a number of articles.

Mani : Mr. John gave a very good account of field research methods to our research scholars sometime back. He is also quite good in the theory of comparative literature.

Mary : Please come in ! Let us have the dinner. We can continue our discussion at the dinner table.

Professor of Music : Yes. That is a good idea. Please come in.

All of them start taking their dinner

Principal : Mr. John! Is there any special reason for today's feast?

John : First of all, we want to convey to you and Prof. Mani our gratitude and congratulations. Secondly, we wanted to compliment Prof. Mani for his multi various abilities.

Mani : I have not done anything significant. I continue to do research on Tamil Language and Literature to the best of my ability. That is all.

Professor of Music : I totally agree with John. We have to compliment and congratulate Prof. Mani on his research achievements. It is very appropriate that John and Mary are taking the lead.

Raja : John is a fan of Prof. Mani and Mary is a fan of Professor of Music. Both of them always talk about you often.

John : Sir, how was the dinner? Please tell me.

Mani : You have cooked our Indian food as well as your western food very well. It is indeed too much.

Principal : I really enjoyed the dinner today.

Gopal : Mary is quite good in cooking also. We really feel sad, when we think of their departure to their country, next month.

John : We are actually planning to visit this place again after a gap of two years. We request Prof. Mani to vesit our country. This is our sincere request.

Mani : If you invite me, I will visit U.S.A definitely. Is that O.K.?

Mary : We will make necessary arrangement for your visit to U.S.A next year. Please do visit us.

John : Both our colleges can take up joint research projects and work on them. This will facilitate the exchange of teachers and researchers of the two Depts. If your principal writes to our college authorities, I am sure they will certainly approve it.

Mary : Yes. This will in a way help in the development of research in both these areas (disciplines).

Principal : In that case, I will write to your college regarding the project very soon.

John : We are very happy and feel proud to present these small gifts to both of you on our behalf. We request you to accept it.

Mani : John! These are all not necessary. Your loving thoughts are more than sufficient - John!

Mary : This is nothing - just a small token for the memory

Principal : We accept it. Thank you very much for your gratitude and affection.

Mani : I now request our principal to present these gifts to John and Mary on behalf of our college.

Principal : Here it is. Mr. John! This is for you, and that one for Ms. Mary. All the best to you both.

John & Mary : Thank you very much. We shall cherish this forever.

Mani : Now the time is 10 O' clock. So, We we will take leave and so long until we meet again.

John & Mary : We are indeed very happy to present these gifts to Mr. Raja and Mr. Gopal, as a token of our appreciation for their guidance and help. Please accept - Raja and Gopal!

Raja & Gopal : Thank you very much.

Mani : O.K. then, Bye!

John & Mary : Farewell and best wishes to all of you. Thanks again.

4. VOCABULARY LIST: Tamil - English

The vocabulary list presented here, follows the Tamil Phonemic order viz, /a a: i i: u u: e e: ai o o: and au/ and /k ṅ ç ñ ṭ ṇ t ṉ p m y r l v ḻ ḷ ṟ and n/.

The vocabulary entries have been made as follows:

- Tamil vocabulary item (in Tamil script) (W.Ta.)
- Tamil written item (in phonemic script) along with the grammatical information. Nasalised vowels ẽ, ẽ:, ã:, õ and ũ represent the word final occurrences of - VN # (in the written Tamil).
- English Meaning(s)

The vocabulary list presented includes only those items used in the conversations given in the text.

VOCABULARY LIST

TAMIL - ENGLISH

W.Ta. Item	W.Ta. Item (in phonemic script)	Meaning(s)
	அ a	
அங்கே	/aṅke:/ adv.	'there'
அச்சு	/accu/ n.	'printing'
அடிக்கடி	/aṭikkaṭi/ part.	'often'
அடுத்த	/aṭutta/ adj.	'next'
அடை	/aṭai/ v.tr.	'get, reach'
அண்ணன்	/aṇṇan/ n.	'older brother'
அண்ணன்மார்சாமி கதை	/aṇṇanma:rca:mi katai/n.	'a Tamil folk tale'
அதனால்	/atana:l/ part.	'therefore'
அதாவது	/ata:vatu/ part.	'that is'
அதிகம்	/atikam/ n.	'(that which is) more'
அதிர்ஷ்டம்	/atiršṭam/ n.	'luck'
அது	/atu/ pn. (dist. dem.)	'it'
அதோ	/ato:/ part.	'look (there it is)!'
அந்த	/an̲ta/ dem.adj.	'that'
அப்படி	/appaṭi/ adv.	'in that manner'
அப்படியானால்	/appaṭiya:na:l/ part.	'in that case'
அப்பளம்	/appaḷam/ n.	'a thin and round wafer made of blackgram flour'
அப்புறம்	/appur̲am/ adv.	'afterwards/later'
அம்மா$_1$	/amma:/$_1$ n.	'a term of address' (fem.) (madam)
அம்மா$_2$	/amma:/$_2$ n.	'mother'

W.Ta. Item	W.Ta. Item (in phonemic script)	Meaning(s)
அமெரிக்கா	/amerikka:/ n.	'United States of America'
அமெரிக்காகாரர்	/amerikka:ka:rar/ n.	'American'
அமை	/amai/ v.intr.	'be suitable/appropriate'
அமைச்சர்	/amaiccar/ n.	'minister'
அமைப்பு	/amaippu/ n.	'structure'
அரங்கு	/araṅku/ n.	'hall/auditorium'
அரசர்	/aracar/ n.	'king'
அரசு	/aracu/ n.	'government'
அருமை	/arumai/ n.	'(that which is) praise worthy'
அரை	/arai/ n.	'half'
அலுவலகம்	/aluvalakam/ n.	'office'
அல்ல	/alla/ part.	'not'
அவசியம்	/avaciyam/ adv.	'definitely'
அவர்	/avar/ pn. (dist. dem.)	'he/she' (hon.)
அவர்கள்	/avarkaḷ/ pn. (dist. dem.)	'they' (hum.)
அவள்	/avaḷ/ pn. (dist. dem.)	'she' (non-hon.)
அவியல்	/aviyal/ n.	'a mixed vegetable curry'
அவ்வளவு	/avvaḷavu/ part.	'that much'
அழகு	/al̲aku/ n.	'beauty'
அழை	/al̲ai/ v.tr.	'call, invite'
அழைத்துப்போ	/al̲aittuppo:/ v.tr.	'take along'
அழைப்பு	/al̲aippu/ n.	'invitation'
அளவு	/aḷavu/ n.	'level, extent'
அறிஞர்	/ar̲iñar/ n.	'scholar'

W.Ta. Item	W.Ta. Item (in phonemic script)	Meaning(s)
அறிமுகப்படுத்து	/aṟimukappaṭuttu/ v.tr.	‘introduce’
அறிமுகம்	/aṟimukam/ n.	‘introduction’
அறை	/aṟai/ n.	‘room’
அனுப்பு	/anuppu/ v.tr.	‘send’
அனுமதி	/anumati/ n.	‘permission’
அனைவரும்	/anaivarum/ n.	‘all persons’
அன்பளிப்பு	/anpaḷippu/ n.	‘gift’
அன்பு	/anpu/ n.	‘affection, love’
அன்று	/anṟu/ adv.	‘that day’
	ஆ a:	
ஆகு	/a:ku/ v.intr.	‘become’
ஆங்காங்கே	/a:ṅka:ṅke:/ part.	‘here and there, scattered’
ஆங்கிலம்	/a:ṅkilam/ n.	‘English Language’
ஆசிரியர்	/a:ciriyar/ n.	‘teacher’
ஆசிரியை	/a:ciriyai/ n.	‘teacher’ (fem.)
ஆசை	/a:cai/ n.	‘desire, liking’
ஆட்கள்	/a:ṭkaḷ/ n.	‘persons/people’
ஆட்டம்	/a:ṭṭam/ n.	‘play, dance’
ஆண்டு	/a:ṇṭu/ n.	‘year’
ஆண்டு விழா	/a:ṇṭu viḻa:/ n.	‘anniversary’
ஆதரவு	/a:taravu/ n.	‘support’
ஆமாம்	/a:ma:m/ part.	‘yes, alright’
ஆயிரம்	/a:yiram/ num.	‘(one) thousand’
ஆய்வாளர்	/a:yva:ḷar/ n.	‘researcher/research scholar’

W.Ta. Item	W.Ta. Item (in phonemic script)	Meaning(s)
ஆரம்பம்	/a:rampam/ n.	'beginning'
ஆரம்பி	/a:rampi/ v.tr.	'begin, start'
ஆராய்	/a:ra:y/ v.tr.	'research'
ஆராய்ச்சி	/a:ra:ycci/ n.	'research' (v)
ஆராய்ச்சித் திட்டம்	/a:ra:yccittiṭṭam/ n.	'research project'
ஆர்மோனியம்	/a:rmo:niyam/ n.	'harmonium'
ஆர்வம்	/a:rvam/ n.	'interest'
ஆவல்	/a:val/ n.	'eagerness'
ஆழம்	/a:l̲am/ n.	'depth, deep'
ஆள்	/a:ḷ/ n.	'person'
ஆறு	/a:r̲u/ num.	'six'
ஆனால்	/a:na:l/ part.	'but'
	இ i	
இங்கே	/iṅke:/ adv.	'here'
இங்கு	/iṅku/ adv.	'here'
இசை	/icai/ n.	'music'
இசைக்கருவி	/icaikkaruvi/ n.	'musical instrument'
இசைக் கல்லூரி	/icaik kallu:ri/ n.	'music college'
இசை ஞானம்	/icai ña:nam/	'music knowledge'
இடம்	/iṭam/ n.	'place'
இடலி	/iṭli/ n.	'a rice cake' (steamed)
இது	/itu/ pn. (prox. dem.)	'it'
இந்த	/in̲ta/dem.adj.	'this'
இந்தியா	/in̲tiya:/ n.	'India'
இப்பொழுது	/ippol̲utu/ adv.	'now'

W.Ta. Item	W.Ta. Item (in phonemic script)	Meaning(s)
இப்போது	/ippo:tu/ adv.	'now'
இயக்கு	/iyakku/ v.tr.	'direct'
இயற்று	/iyar̲r̲u/ v.tr.	'create/write'
இரண்டாயிரம்	/iraṇṭa:yiram/ num.	'two thousand'
இரண்டு	/iraṇṭu/ num.	'two'
இரவு	/iravu/ n.	'night'
இராமேஸ்வரம்	/ira:me:svaram/ n.	'Rameswaram - a place name'
இரு	/iru/ v.intr.	'be/wait'
இருந்தாலும்	/irun̲ta:lum/ part.	'even then/nevertheless'
இருவர்	/iruvar/ n.	'both/two persons'
இருளர், இருளர்கள்	/iruḷar/ ~ /iruḷarkaḷ/ n.	'Irula tribal people'
இலக்கணம்	/ilakkaṇam/n.	'grammar'
இலக்கியம்	/ilakkiyam/ n.	'literature'
இலக்கிய மொழிகள்	/ilakkiya mol̲ikaḷ/ n.	'literary languages'
இல்லை	'/illai/ part.	'no'
இவர்	/ivar/ pn. (prox. dem.)	'he/she' (hon.)
இவர்கள்	/ivarkaḷ/ pn. (prox. dem.)	'they' (hum.)
இவள்	/ivaḷ/ pn. (prox. dem.)	'she' (non-hon.)
இவை	/ivai/ pn. (prox. dem.)	'they' (non-hum.)
இவ்வளவு	/ivvaḷavu/ part.	'this much'
இளநீர்	/iḷan̲i:r/ n.	'tender coconut'
இறுதியில்	/ir̲utiyil/ part.	'at the end'
இனி	/ini/ part.	'hereafter, from now on'
இன்று ~ இன்றைக்கு	/inr̲u/ ~ /inr̲aikku/ adv.	'to-day/this day'
இன்னும்	/innum/ part.	'further, yet'

W.Ta. Item	W.Ta. Item (in phonemic script)	Meaning(s)
	ஈ i:	
ஈடுபாடு	/i:ṭupa:ṭu/ n.	'involvement'
	உ u	
உடனே	/uṭane:/ adv.	'immediately, at once'
உட்கார்	/uṭka:r/ v.intr.	'sit'
உண்மை	/uṇmai/ n.	'truth'
உதவி	/utavi/ n.	'help, assistance'
உதவு	/utavu/ v.intr.	'help, assist'
உயரம்	/uyaram/ n.	'height'
உரி	/uri/ v.intr.	'something that one owns'
உரையாடல்	/uraiya:ṭal/ n.	'conversation'
உலகம்	/ulakam/ n.	'world'
உள்	/uḷ/ v.intr.	'be/exist'
உள்ளே	/uḷḷe:/ part.	'inside, in'
உறுதி	/u<u>r</u>uti/ n.	'firmness'
உஷா	/uša:/ n.	'Usha - a personal name' (fem.)
	ஊ u:	
ஊட்டி	/u:ṭṭi/ n.	'Ooty - a place name'
ஊர்	/u:r/ n.	'town'
ஊறுகாய்	/u:<u>r</u>uka:y/ n.	'pickles'
	எ e	
எங்கே	/eṅke:/ adv.	'where'
எங்கேயாவது	/eṅke:ya:vatu/ part.	'somewhere'

W.Ta. Item	W.Ta. Item (in phonemic script)	Meaning(s)
எங்கேயும்	/eṅke:yum/ part.	'everywhere/nowhere'
எடு	/eṭu/ v.tr.	'take'
எட்டு	/eṭṭu/ num.	'eight'
எண்ணு	/eṇṇu/ v.tr.	'think, plan'
எத்தனை	/ettanai/ part.	'how many'
எது	/etu/ pn.	'which'
எந்த	/eṉta/ dem. adj.	'which'
எப்படி	/eppaṭi/ adv.	'how'
எப்படியும்	/eppaṭiyum/ part.	'somehow'
எப்பொழுதாவது	/eppoḻuta:vatu/ part.	'sometime, rarely'
எப்பொழுது	/eppoḻutu/ adv.	'when'
எப்பொழுதும்	/eppoḻutum/ part.	'always'
எல்லாம்	/ella:m/ n.	'all'
எல்லோரும்	/ello:rum/ n.	'all persons'
எழு	/eḻu/ v.intr.	'get up'
எழுது	/eḻutu/ v.tr.	'write'
எழுத்துத் தமிழ்	/eḻuttuttamiḻ/ n.	'Written Tamil'
எழுபத்து ஐந்து	/eḻupattu aiṉtu/ num.	'seventy five'
எழுப்பு	/eḻuppu/ v.tr.	'wake up'
என்ன	/enna/ part.	'what'
	ஏ e:	
ஏதாவது	/e:ta:vatu/ part.	'anything'
ஏம்பா	/e:mpa:/ part.	'a term of address' (mas.)
ஏரி	/e:ri/ n.	'lake'
ஏழு	/e:ḻu/ num.	'seven'

W.Ta. Item	W.Ta. Item (in phonemic script)	Meaning(s)
ஏறு	/e:r̲u/ v.intr.	'get in'
ஏற்காடு	/e:r̲ka:ṭu/ n.	'Yercaud - a place name'
ஏற்பாடு	/e:r̲pa:ṭu/ n.	'arrangement'
ஏன்	/e:n/ part.	'why'
ஏனெனில்	/e:nenil/ part.	'because'
	ஐ ai	
ஐந்து	/ain̲tu/ num.	'five'
ஐம்பது	/aimpatu/ num.	'fifty'
ஐயா	/aiya:/ n.	'a term of address (with respect)' (mas.)
	ஒ o	
ஒத்துக் கொள்	/ottukkoḷ/ v.tr.	'accept'
ஒப்பாராய்ச்சி	/oppa:ra:ycci/ n.	'comparative research'
ஒப்புக் கொள்	/oppukkoḷ/ v.tr.	'accept'
ஒப்புமை	/oppumai/ n.	'comparison'
ஒரு	/oru/ num. adj.	'one'
ஒரே	/ore:/ adj.	'very same'
ஒலிப்பதிவு	/olippativu/ n.	'audio-recording'
ஒலிப்பதிவுக்கருவி	/olippativukkaruvi/ n.	'tape recorder'
ஒவ்வொருவர்	/ovvoruvar/ n.	'each person'
ஒற்றுமை	/or̲r̲umai/ n.	'similarity, commonality'
ஒன்பது	/onpatu/ num.	'nine'
ஒன்று சேர்	/onr̲u ce:r/ v.intr.	'join together'
ஒன்றும்	/onr̲um/ part.	'nothing'

W.Ta. Item	W.Ta. Item (in phonemic script)	Meaning(s)
	ஓ o:	
ஓட்டு	/o:ṭṭu/ v.tr.	'drive'
ஓரளவு	/o:raḷavu/ adv.	'somewhat / in some measure'
ஓய்வு	/o:yvu/ n.	'rest'
	க k	
கடமை	/kaṭamai/ n.	'duty'
கடவுள்	/kaṭavuḷ/ n.	'God'
கடலை	/kaṭalai/ n.	'pea-nut'
கடை	/kaṭai/ n.	'store'
கடைசியில்	/kaṭaiciyil/ part.	'at the end/at last'
கட்டடம்	/kaṭṭaṭam/ n.	'building'
கட்டாயம்	/kaṭṭa:yam/ adv.	'certainly'
கட்டு	/kaṭṭu/ v.tr.	'build/pay'
கட்டுரை	/kaṭṭurai/ n.	'article, essay'
கண்டுபிடி	/kaṇṭupiṭi/ v.tr.	'find out/discover'
கண்ணகி	/kaṇṇaki/ n.	'Kannahi - a personal name' (fem.)
கண்ணன்	/kaṇṇan/ n.	'Kannan - a personal name' (mas.)
கதை	/katai/ n.	'story'
கமலா	/kamala:/ n.	'Kamala - a personal name' (fem.)
கருத்து	/karuttu/ n.	'idea/view'
கல	/kala/ v.intr.	'join'
கலந்து கொள்	/kalan̲tukoḷ/ v.intr.	'participate'

W.Ta. Item	W.Ta. Item (in phonemic script)	Meaning(s)
கலந்துரையாடல்	/kala<u>n</u>turaiya:ṭal/ n.	'discussion'
கலந்துரையாடு	/kala<u>n</u>turaiya:ṭu/ v.tr.	'discuss'
கல்	/kal/ v.tr.	'study/learn'
கலை	/kalai/ n.	'(fine) arts'
கலை நிகழ்ச்சி	/kalai <u>n</u>ika<u>l</u>cci/ n.	'entertainment program'
கல்லூரி	/kallu:ri/ n.	'college'
கல்லூரி முதல்வர்	/kallu:ri mutalvar/ n.	'principal'
கல்வி	/kalvi/ n.	'education'
கல்வெட்டு	/kalveṭṭu/ n.	'inscription'
கவலைப்படு	/kavalaippaṭu/ v.intr.	'worry'
கவிஞர்	/kaviñar/ n.	'poet'
கழி	/ka<u>l</u>i/	'pass'
கழுவு	/ka<u>l</u>uvu/ v.tr.	'wash' (as in hand)
களப்பணி	/kaḷappaṇi/ n.	'field work'
கற்பித்தல்	/ka<u>r</u>pittal/ n.	'teaching'
கன்னடம்	/kannaṭam/ n.	'Kannada Language'
கன்னியாகுமரி	/kanniya:kumari/ n.	'Cape Comerin - a place name'
கஷ்டம்	/kaṣṭam/ n.	'difficulty'
காஞ்சிபுரம்	/ka:ñcipuram/ n.	'Kanchipuram - a place name'
காட்டு	/ka:ṭṭu/ v.tr.	'show'
காட்டு நாயக்கர்கள்	/ka:ṭṭu <u>n</u>a:yakkarkaḷ/ n.	'Kattunaicka tribal people'
காண்	/ka:ṇ/ v.tr.	'see'
காத்திரு	/ka:ttiru/ v.intr.	'await'
காப்பி	/ka:ppi/ n.	'coffee'

W.Ta. Item	W.Ta. Item (in phonemic script)	Meaning(s)
காப்பியம்	/ka:ppiyam/ n.	'epic'
கார்	/ka:r/ n.	'car'
காரியம்	/ka:riyam/ n.	'work/act'
காலை உணவு	/ka:lai uṇavu/ n.	'breakfast'
காலையில்	/ka:laiyil/ part.	'morning'
கிடை	/kiṭai/ v.intr.	'be available'
கிழக்கு	/kiḻakku/ n.	'east'
கிளம்பு	/kiḷampu/ v.intr.	'start/leave'
கிளை மொழி	/kiḷai moḻi/ n.	'dialect'
குடி	/kuṭi/ v.tr.	'drink'
குடும்பம்	/kuṭumpam/ n.	'family'
குரல்	/kural/ n.	'voice, tone'
குழந்தைகள்	/kuḻantaikaḷ/ n.	'children'
குளி	/kuḷi/ v.intr.	'bathe'
குளிர்	/kuḷir/ n.	'coldness'
குறிக்கோள்	/kuṟikko:ḷ/ n.	'goal, aim'
குறிப்பாக	/kuṟippa:ka/ adv.	'particularly'
குறும்பர்கள்	/kuṟumparkaḷ/ n.	'Kurumba tribal people'
குறைந்தது	/kuṟaintatu/ part.	'atleast/minimum'
கூட்டிக் கொண்டு வா	/ku:ṭṭikkoṇṭu va:/ v.tr.	'bring (with)'
கூப்பிடு	/ku:ppiṭu/ v.tr.	'call'
கூறு	/ku:ṟu/ v.tr.	'tell'
கூறுகள்	/ku:ṟukal/ n.	'features'
கெட்டிக்காரி	/keṭṭikka:ri/ n.	'expert' (fem.)
கேட்டுக் கொள்	/ke:ṭṭukkoḷ/ v.tr.	'request'
கேரளா	/ke:raḷa:/ n.	'Kerala State' (in India)

W.Ta. Item	W.Ta. Item (in phonemic script)	Meaning(s)
கேள்	/ke:ḷ/ v.tr.	'listen'
கேள்வி	/ke:ḷvi/ n.	'question'
கேள்விப்படு	/ke:ḷvippaṭu/ v.tr.	'get to know'
கேள்விப்பட்டியல்	/ke:ḷvippaṭṭiyal/ n.	'questionnaire'
கை	/kai/ n.	'hand'
கைவினைப் பொருள்கள்	/kaivinaipporuḷkaḷ/ n.	'handicrafts'
கொக்கோ கோலா	/kokko:ko:la:/ n.	'coca cola'
கொஞ்சம்	/koñcam/ n.	'a little'
கொடு	/koṭu/ v.tr.	'give'
கொடைக்கானல்	/koṭaikka:nal/ n.	'Kodaikanal - a place name'
கொண்டு வா	/koṇṭu va:/ v.tr.	'bring'
கொள்கை	/koḷkai/ n.	'principle/theory'
கோத்தர்கள்	/ko:ttarkaḷ/ n.	'Kota tribal people'
கோபால்	/ko:pa:l/ n.	'Gopal-a personal name' (mas.)
கோயமுத்தூர்	/ko:yamuttu:r/ n.	'Coimbatore - a place' name'
கோயில் ~ கோவில்	/ko:yil/ ~ /ko:vil/ n.	'temple'
கோவை	/ko:vai/ n.	'Coimbatore - a place' name'
கோனியம்மன் கோயில்	/ko:niyamman ko:yil/ n.	'Koniyamman (Goddess)' temple'
	ச C	
சகோதரர்	/cako:tarar/ n.	'brother'
சங்க இலக்கியம்	/caṅka ilakkiyam/ n.	'Sangam Literature'
சங்கீதம்	/caṅki:tam/ n.	'music'

W.Ta. Item	W.Ta. Item (in phonemic script)	Meaning(s)
சட்னி	/caṭni/ n.	'a relish for food'
சண்முகம்	/caṇmukam/ n.	'Shanmugam-a personal name'(mas.)
சதவீதம்	/catavi:tam/ n.	'percentage'
சந்தி	/can̲ti/ v.tr.	'meet'
சந்தேகம்	/can̲te:kam/ n.	'doubt'
சந்தோஷம்	/can̲to:šam/ n.	'happiness'
சமயம்	/camayam/ n.	'time'
சமை	/camai/ v.tr.	'cook'
சமையல்காரர்	/camaiyalka:rar/ n.	'cook'
சம்பந்தம்	/campan̲tam/ n.	'relationship/connection'
சரி	/cari/ part.	'alright'
சனிக்கிழமை	/canikkil̲amai/ n.	'saturday'
சாப்பாடு	/ca:ppa:ṭu/ n.	'food/meal'
சாப்பிடு	/ca:ppiṭu/ v.tr.	'eat'
சாமான்	/ca:ma:n/ n.	'things/goods'
சாம்பார்	/ca:mpa:r/ n.	'lintel sauce'
சாயுங்காலம்	/ca:yuṅka:lam/ n.	'evening'
சார்	/sa:r/ part.	'sir - a term of address'
சார்பு	/ca:rpu/ n.	'pro/dependene'
சிதம்பரம்	/citamparam/ n.	Chidambaram - a place name
சிரி	/ciri/ v.intr.	'laugh'
சில	/cila/ n.	'few'
சிலப்பதிகாரம்	/cilappatika:ram/ n.	'a Tamil epic literature'
சிலர்	/cilar/ n.	'few persons'

W.Ta. Item	W.Ta. Item (in phonemic script)	Meaning(s)
சிலேடை	/cile:ṭai/ n.	'pun' (ambiguity in meaning)
சிவன் கோயில்	/civan ko:yil/ n.	'shiva temple'
சிறப்பு	/ci<u>r</u>appu/ n.	'significance/excellence'
சிறப்புரை	/ci<u>r</u>appurai/ n.	'special address'
சிறப்பு விருந்தினர்	/ci<u>r</u>appu viru<u>n</u>tinar/	'chief guest'
சிறிது	/ci<u>r</u>itu/ n.	'little bit'
சிறு	/ci<u>r</u>u/ adj.	"young'
சிற்பம்	/ci<u>r</u>pam/ n.	'sculpture'
சீக்கிரம்	/ci:kkiram/ adv.	'quickly'
சுமார்	/cuma:r/ adv.	'approximately'
சுவர்	/cuvar/ n.	'wall'
சுற்றிப்பார்	'cu<u>rr</u>ippa:r/ v.tr.	'visit/sight see'
சுற்றுலா	/cu<u>rr</u>ula:/ n.	'excursion'
சுற்று வட்டாரம்	/cu<u>rr</u>uvaṭṭa:ram/ n.	'neighbourhood'
சூடு	/cu:ṭu/ n.	'hot/fresh'
சூப்பு	/cu:ppu/ n.	'soup'
செட்டிபாளையம்	/ceṭṭipa:laiyam/ n.	'Chettipalayam - a place name'
செய்	/cey/ v.tr.	'do'
செய்தி	/ceyti/ n.	'news/information'
செய்து தா	/ceytu ta:/ v.tr.	'do/help'
செய்துமுடி	/ceytumuṭi/ v.tr.	'complete/finish'
செலவு	/celavu/ n.	'expense'
செல்	/cel/ v.intr.	'go'
சென்னை	/cennai/ n.	'Chennai - a place name'

W.Ta. Item	W.Ta. Item (in phonemic script)	Meaning(s)
சேர்$_1$	/ce:r/ v.tr.	'add'
சேர்$_2$	/ce:r/ v.intr.	'meet'
சொல்$_1$	/col/ n.	'word / vocabulary'
சொல்$_2$	/col/ v.tr.	'say'
சொல்லிக்கொடு	/collikkoṭu/ v.tr.	'teach'
சோறு	/co:ṟu/ n.	'cooked rice'
சௌக்கியம்	/caukkiyam/ n.	'fineness / state of being well'
	ஞ ñ	
ஞானம்	/ña:nam/ n.	'knowledge'
	த t	
தகவல்	/takaval/ n.	'data/information'
தகவலாளி	/takavala:ḷi/ n.	'informant'
தக்காளி	/takka:ḷi/ n.	'tomato'
தங்கியிரு	/taṅkiyiru/ v.intr.	'stay'
தங்கு	/taṅku/ v.intr.	'stay'
தங்கை	/taṅkai/ n.	'little sister'
தஞ்சாவூர்	/tañca:vu:r/ n.	'Thanjavur - a place name'
தடவை	/taṭavai/ part.	'time'
தமிழ்	/tamiḻ/ n.	'Tamil Language'
தமிழ்த்துறை	/tamiḻttuṟai/ n.	'Tamil Department'
தமிழ்நாடு	/tamiḻ ṉa:ṭu/ n.	'Tamilnadu State'
தயங்கு	/tayaṅku/ v.intr.	'hesitate'
தயார்	/taya:r/ n.	'readiness'

W.Ta. Item	W.Ta. Item (in phonemic script)	Meaning(s)
தயாராகு	/taya:ra:ku/ v.intr.	'get ready'
தயார் செய்	/taya:r cey/ v.tr.	'cook, prepare'
தயிர்	/tayir/ n.	'yogurt'
தரவு	/taravu/ n.	'data'
தலைவர்	/talaivar/ n.	'president'
தற்காலம்	/ta<u>r</u>ka:lam/ n.	'modern period / present time'
தனி	/tani/ part.	'special'
தா	/ta:/ v.tr.	'give'
தாகம்	/ta:kam/ n.	'thirst'
தாத்தா	/ta:tta:/ n.	'grand father'
தாராளமாக	/ta:ra:ḷama:ka/ adv.	'by all means'
தாவரவியல் பூங்கா	/ta:varaviyal pu:ṅka:/ n.	'botanical garden'
தான்	/ta:n/ pn.	'oneself'
திங்கள் கிழமை	/tiṅkal ki<u>l</u>amai/ n.	'Monday'
திட்டம்	/tiṭṭam/ n.	'plan/project'
திராவிட மொழிகள்	/tira:viṭa mo<u>l</u>ikaḷ/ n.	'Dravidian Languages'
திருச்சி	/tirucci/ n.	'Trichy - a place name'
திரும்ப	/tirumpa/ part.	'again'
திரும்பு	/tirumpu/ v.intr.	'turn'
திருவண்ணாமலை	/tiruvaṇṇa:malai/ n.	'Thiruvannamalai - a place name'
திறமை	/ti<u>r</u>amai/ n.	'ability'
திறமைசாலி	/ti<u>r</u>amaica:li/ n.	'expert/able person'
தினமும்	/tinamum/ part.	'daily'
துணை	/tuṇai/ n.	'help/assistance'
துறை	/tu<u>r</u>ai/ n.	'department'

W.Ta. Item	W.Ta. Item (in phonemic script)	Meaning(s)
தூங்கு	/tu:ṅku/ v.intr.	'sleep'
தூய தமிழ்	/tu:ya tamil̲/ n.	'pure Tamil'
தூரம்	/tu:ram/ n.	'distance'
தெரி	/teri/ v.intr.	'know'
தெரிந்துகொள்	/terin̲tu koḷ/ v.tr.	'know'
தெரியும்	/teriyum/ fv.	'know'
தெரிவி	/terivi/ v.tr.	'convey/express'
தெலுங்கு	/teluṅku/ n.	'Telugu Language'
தெற்கு	/ter̲ku/ n.	'south'
தேடு	/te:ṭu/ v.tr.	'search'
தேர்ந்தெடு	/te:rn̲teṭu/ v.tr.	'select/choose'
தேவை	/te:vai/ n.	'necessity'
தொடக்கம்	/toṭakkam/ n.	'beginning'
தொடங்கிவிடு	/toṭaṅkiviṭu/ v.tr.	'start/begin' (def.)
தொடங்கு	/toṭaṅku/ v.tr.	'establish'
தொடர்பு	/toṭarpu/ n.	'relation/contact'
தொண்ணூறு	/toṇṇu:r̲u/ num.	'ninety'
தொந்தரவு	/ton̲taravu/ n.	'trouble'
தொல்காப்பியம்	/tolka:ppiyam/ n.	'Tolkappiyam - a grammatical treatise'
தோசை	/to:cai/ n.	'a rice cake'
தோடர்(கள்)	/to:ṭarkaḷ/ n.	'Toda tribal people'
	ந n̲	
நகர்	/n̲akar/ n.	'city/town'
நகைச்சுவை	/n̲akaiccuvai/ n.	'humour'

W.Ta. Item	W.Ta. Item (in phonemic script)	Meaning(s)
நடத்து	/n̲aṭattu/ v.tr.	'organise/conduct'
நடனம்	/n̲aṭanam/ n.	'dance'
நடி	/n̲aṭi/ v.intr.	'act'
நடுவில்	/n̲aṭuvil/ part.	'in the middle / at the center'
நடைபெறு	/n̲aṭaipeṟu/ v.intr.	'happen/take place'
நண்பர்	/n̲aṇpar/ n.	'friend'
நம்பர்	/n̲ampar/ n.	'number'
நலம்	/n̲alam/ n.	'state of good health / well-being'
நல்ல	/n̲alla/ adj.	'good'
நல்லது	/n̲allatu/ adj.n.	'good one/(that is) good'
நல்லவர்	/n̲allavar/ adj. n.	'good person / he who is good'
நன்கு	/n̲anku/ adv.	'well'
நன்றி	/n̲anṟi/ n.	'thanks, gratitude'
நன்று	/n̲anṟu/ n.	'good'
நன்னூல்	/n̲annu:l/ n.	'Nannul - a grammatical treatise'
நாங்கள்	/n̲a:ṅkaḷ/ pn.	'we' (excl.)
நாடகம்	/n̲a:ṭakam/ n.	'play/drama'
நாடு	/n̲a:ṭu/ n.	'country'
நாட்கள்	/n̲a:ṭkaḷ/ n.	'days'
நாட்டியம்	/n̲a:ṭṭiyam/ n.	'dance'
நாட்டுப்புற இசை	/n̲a:ṭṭuppuṟa icai/ n.	'folk song/music'
நாட்டுப்புற இயல்	/n̲a:ṭṭuppuṟa iyal/ n.	'folklore'
நாட்டுப்புற நடனம்	/n̲a:ṭṭuppuṟa n̲aṭanam/ n.	'folk dance'

W.Ta. Item	W.Ta. Item (in phonemic script)	Meaning(s)
நாட்டுப்புறப் பாட்டு	/n̲a:ṭṭuppur̲ap pa:ṭṭu/ n.	'folk song'
நாம்	/n̲a:m/ pn.	'we' (incl.)
நாள்	/n̲a:ḷ/ n.	'day'
நாளைக்கு	/n̲a:ḷaikku/ adv.	'tomorrow'
நான்	/n̲a:n/ pn.	'I'
நான்கு	/n̲a:nku/ num.	'four'
நிகழ்ச்சி	/n̲ikal̲cci/ n.	'program'
நிகழ்த்து	/n̲ikal̲ttu/ v.tr.	'deliver' (as in speech)
நிச்சயம்	/n̲iccayam/ adv.	'certainly'
நிச்சயமாக	/n̲iccayama:ka/ adv.	'certainly'
நிமிஷம்	/n̲imišam/ n.	'minute'
நிரப்பு	/n̲irappu/ v.tr.	'fill'
நிரூபி	/n̲iru:pi/ v.tr.	'prove'
நிறுத்து	/n̲ir̲uttu/ v.tr.	'stop'
நிறைய	/n̲ir̲aiya/ adj.	'plenty/lot'
நினை	/n̲inai/ v.tr.	'think'
நினைவு	/n̲inaivu/ n.	'memory / remembrance'
நீங்கள்	/n̲i:ṅkaḷ/ pn.	'you' (pl.)/ hon.sg.
நீர்வீழ்ச்சி	/n̲i:rvi:l̲cci/ n.	'water-falls'
நுழை	/n̲ul̲ai/ v.intr.	'enter'
நூலகம்	/n̲u:lakam/ n.	'library'
நூறு	/n̲u:r̲u/ num.	'hundred'
நூற்றாண்டு	/n̲u:r̲r̲a:ṇṭu/ n.	'century'
நேர்	/n̲e:r/ n.	'straight'
நேரம்	/n̲e:ram/ n.	'time'

W.Ta. Item	W.Ta. Item (in phonemic script)	Meaning(s)
	ப p	
பகிர்	/pakir/ v.tr.	'share'
பகுதி	/pakuti/ n.	'area/region'
பக்கத்தில்	/pakkattil/ part.	'near'
பக்கம்	/pakkam/ n.	'nearness'
பஞ்சாயத்து	/pañca:yattu/ n.	'village admn. council'
பஞ்சாலை	/pañca:lai/ n.	'cotton mill'
படகர்கள்	/paṭakarkaḷ/ n.	'Badaga community people'
படி	/paṭi/ v.tr.	'study, read'
படிப்பு	/paṭippu/ n.	'study, education'
பட்டியல்	/paṭṭiyal/ n.	'list/questionnaire'
பணம்	/paṇam/ n.	'money'
பணியர்கள்	/paṇiyarkaḷ/ n.	'Paniya tribal people'
பணியாளர்கள்	/paṇiya:ḷarkaḷ/ n.	'workers'
பண்பாடு	/paṇpa:ṭu/ n.	'culture'
பதில்	/patil/ n.	'answer/reply'
பதிவு	/pativu/ n.	'registration/recording'
பதிவு செய்	/pativu cey/ v.tr.	'register/period'
பதினைந்து	/patinaiṉtu/ num.	'fifteen'
பதினொன்று	/patinoṉṟu/ num.	'eleven'
பத்திரம்	/pattiram/ n.	'carefulness'
பத்து	/pattu/ num.	'ten'
பயன்படு	/payanpaṭu/ v.intr.	'become useful/be useful'
பயன்படுத்து	/payanpaṭuttu/ v.tr.	'make use of'

W.Ta. Item	W.Ta. Item (in phonemic script)	Meaning(s)
பயிற்சி	/payiṟci/ n.	'training, exercise'
பரத நாட்டியம்	/parata ṉa:ṭṭiyam/ n.	'Bharatha Natya'
பரவாயில்லை	/parava:yillai/ part.	'not (too) bad'
பரிசு	/paricu/ n.	'prize'
பரிவர்த்தனை	/parivarttanai/ n.	'exchange'
பல	/pala/ n.	'many'
பலர்	/palar/ n.	'many persons'
பல்கலைக்கழகம்	/palkalaikkaḻakam/ n.	'university'
பழகிக்கொடு	/paḻakikkoṭu/ v.tr.	'teach/train/give practice'
பழகிப்போ	/paḻakippo:/ v.intr.	'become accustomed to'
பழகு	/paḻaku/ v.intr.	'mix with/get acquainted with'
பழங்குடி மக்கள்	/paḻankuṭi makkaḷ/ n.	'tribal people'
பழம்	/paḻam/ n.	'fruit'
பழைய	/paḻaiya/ adj.	'old' (as in things)
பன்னிரண்டு	/panniraṇṭu/ num.	'twelve'
பஸ்	/pas/ n.	'bus'
பாஞ்சாலங்குறிச்சி	/pa:ñc:laṅkuṟicci/ n.	'Panchalankuricci - a place name'
பாடம்	/pa:ṭam/ n.	'subject'
பாடல்	/pa:ṭal/ n.	'song'
பாடு	/pa:ṭu/ v.tr.	'sing'
பாட்டி	/pa:ṭṭi/ n.	'grand mother'
பாயாசம்	/pa:ya:cam/ n.	'a liquid pudding'
பார்	/pa:r/ v.tr.	'see'
பாரதியார்	/pa:ratiya:r/ n.	'Poet Bharathiar - a Tamil Poet'

W.Ta. Item	W.Ta. Item (in phonemic script)	Meaning(s)
பாராட்டு$_1$	/pa:ra:ṭṭu/ v.tr.	'praise, appreciate'
பாராட்டு$_2$	/pa:ra:ṭṭu/ n.	'congratulations, appreciation'
பாட்டில்	/pa:ṭṭil/ n.	'bottle'
பிடி	/piṭi/ v.tr.	'like'
பிரமாதம்	/pirama:tam/ n.	'excellence'
பிரயாணம்	/piraya:ṇam/ n.	'journey, travel'
பிரிவு	/pirivu/ n.	'area, section'
பிள்ளைகள்	/piḷḷaikaḷ/ n.	'children'
பிறகு	/pir̲aku/ part.	'afterwards, later'
பிரின்சிபால்	/pirinsipa:l/ n.	'principal'
பின்னால்	/pinna:l/ part.	'behind/after something'
புத்தகம்	/puttakam/ n.	'book'
புரி	/puri/ v.intr.	'be understood'
புலமை	/pulamai/ n.	'expertise/knowledge'
புல்லாங்குழல்	/pulla:ṅkul̲al/ n.	'an Indian flute'
புறப்படு	/pur̲appaṭu/ v.intr.	'start/leave'
பூம்புகார்	/pu:mpuka:r/ n.	'Pumpuhar - a place name'
பெண்	/peṇ/ n.	'girl'
பெயர்	/peyar/ n.	'name'
பெரிய	/periya/ adj.	'big, large, great'
பெரியது	/periyatu/ adj.n.	'big one/that which is big'
பெரிய மலை	/periya malai/	'big mountain'
பெருமை	/perumai/ n.	'greatness/fame'

W.Ta. Item	W.Ta. Item (in phonemic script)	Meaning(s)
பெருமைப்படு	/perumaippaṭu/ v.intr.	'feel proud'
பெரும்பாலும்	/perumpa:lum/ part.	'mostly'
பெறு	/peṟu/ v.tr.	'get'
பெப்ஸி	/pepsi/ n.	'pepsi'
பேட்டி	/pe:ṭṭi/ n.	'interview'
பேட்டி காண்	/pe:ṭṭi ka:ṇ/ v.tr.	'interview'
பேசு	/pe:cu/ v.tr.	'speak'
பேச்சு	/pe:ccu/ n.	'speech'
பேச்சுத் தமிழ்	/pe:ccuttamiḻ/ n.	'spoken Tamil'
பேச்சு வழக்கு	/pe:ccu vaḻakku/ n.	'dialect'
பேராசிரியர்	/pe:ra:ciriyar/ n.	'professor'
பேரூர்	/pe:ru:r/ n.	'Perur - a place name'
பை	/pai/ n.	'bag'
பொங்கல்	/poṅkal/n.	'a rice dish seasoned with pepper, cumin etc.'
பொதுமை	/potumai/ n.	'commonness'
பொதுவான	/potuva:na/ adj.	'common/general'
பொருத்தம்	/poruttam/ n.	'suitability'
பொள்ளாச்சி	/poḷḷa:cci/ n.	'Pollachi - a place name'
போ	/po:/ v.intr.	'go'
போதும்	/po:tum/ part.	'enough'
போய்ச்சேர்	/po:ycce:r/ v.intr.	'reach'
போய் வா	/po:y va:/ v.intr.	'bye' (lit. go and come)
போன	/po:na/ adj.	'last, previous'

W.Ta. Item	W.Ta. Item (in phonemic script)	Meaning(s)
	ம m	
மகிழ்ச்சி	/makiḻcci/ n.	'happiness, joy'
மக்கள்	/makkaḷ/ n.	'people'
மணி$_1$	/maṇi/ n.	'hour/time'
மணி$_2$	/maṇi/ n.	'Mani - a personal name' (mas.)
மணிமேகலை	/maṇime:kalai/ n.	'a Tamil epic literature'
மதி	/mati/ v.tr.	'respect/honour'
மதிப்பு	/matippu/ n.	'respect/honour'
மதிய சாப்பாடு	/matiya ca:ppa:ṭu/ n.	'lunch'
மதுரை	/maturai/ n.	'Madurai - a place name'
மதுரை வீரன் கதை	/maturai vi:ran katai/ n.	'a folk tale/ballad'
மத்தியானம்	/mattiya:nam/ n.	'mid-day/noon'
மத்தியில்	/mattiyil/ part.	'in the middle/ in between'
மருதமலை	/maruta malai/ n.	'Marudhamalai - a hill'
மருத்துவம்	/maruttuvam/ n.	'medical science/medicine'
மருந்து	/maru̱ntu/ n.	'medicine, medication'
மலை	/malai/ n.	'mountain'
மலையாளம்	/malaiya:ḷam/ n.	'Malayalam Language'
மற	/ma̱ra/ v.tr.	'forget'
மறு	/ma̱ru/ v.tr.	'deny/refuse'
மறுபடியும்	/ma̱rupaṭiyum/ part.	'again'
மனது	/manatu/ n.	'mind'
மனது வை	/manatu vai/ v.intr.	'think/try'
மஹாபலிபுரம்	/maha:palipuram/ n.	'Mahapalipuram - a place name'

W.Ta. Item	W.Ta. Item (in phonemic script)	Meaning(s)
மாணவர்கள்	/ma:ṇavarkaḷ/ n.	'students'
மாண்புமிகு	/ma:ṇpumiku/ part.	'honourable' (a term of address)
மாதம்	/ma:tam/ n.	'month'
மாதிரி	/ma:tiri/ part.	'similar/like'
மாநிலம்	/ma:n̲ilam/ n.	'state' (in a country)
மாமன்	/ma:man/ n.	'maternal uncle'
மாலை ~ மாலையில்	/ma:lai/ ~ /ma:laiyil/ part.	'afternoon'
மிக	/mika/ part.	'very'
மிகவும்	/mikavum/ part.	'very/very much'
மிக்க	/mikka/ part.	'very'
மீண்டும்	/mi:ṇṭum/ part.	'again'
மீனா	/mi:na:/ n.	'Meena - a personal name' (fem.)
முக்கியம்	/mukkiyam/ n.	'that which is important'
முடி	/muṭi/ v.intr.	'become complete'
முடியும்	/muṭiyum/ fv.	'can'
முடிவு செய்	/muṭivu cey/ v.tr.	'decide'
முதல்	/mutal/ num.adj.	'first'
முப்பது	/muppatu/ num.	'thirty'
முருகன் கோயில்	/murukan ko:yil/ n.	'Murugan Temple'
முருகு	/muruku/ n.	'beauty'
முயற்சி செய்	/muyar̲ci cey/ v.intr.	'try'
முழுவதும்	/mul̲uvatum/ n.	'wholeness/completeness'
முறையில்	/mur̲aiyil/ part.	'manner/way'
முன்னால்	/munna:l/ part.	'in front of, before'

W.Ta. Item	W.Ta. Item (in phonemic script)	Meaning(s)
மூவாயிரம்	/mu:va:yiram/ num.	'three thousand'
மூன்று	/mu:nr̲u/ num.	'three'
மையம்	/maiyam/ n.	'center'
மைல்	/mail/ n.	'mile'
மேசை	/me:cai/ n.	'table'
மேடை	/me:ṭai/ n.	'stage/dias'
மேயர்	/me:yar/ n.	'mayor of a city'
மேரி	/me:ri/ n.	'Mary - a personal name' (fem.)
மேலே	/me:le:/ part.	'above/up'
மேற்கொள்	/me:r̲koḷ/ v.tr.	'undertake/adopt'
மொத்தம்	/mottam/ n.	'total'
மொழி	/mol̲i/ n.	'language'
மோர்	/mo:r/ n.	'buttermilk'
மோர்க்குழம்பு	/mo:rkkul̲ampu/ n.	'seasoned buttermilk sauce'
	ய y	
யார்	/ya:r/ pn.	'who'
யாராவது	/ya:ra:vatu/ pn.	'somebody'
	ர r	
ரசனை	/racanai/ n.	'taste, enjoyment'
ரசம்	/racam/ n.	'pepper or tamarind juice/soup (seasoned)'
ரசி	/raci/ v.tr.	'enjoy'
ரசிகர்	/racikar/ n.	'connoisseur' (mas.)

W.Ta. Item	W.Ta. Item (in phonemic script)	Meaning(s)
ரசிகை	/racikai/ n.	'connoisseur' (fem.)
ரசீது	/raci:tu/ n.	'receipt/bill'
ரயில்	/rayil/ n.	'train'
ரவி	/ravi/ n.	'Ravi - a personal name' (mas.)
ராத்திரி	/ra:ttiri/ n.	'night'
ராமசாமி கவுண்டர்	/ra:maca:mi kavuṇṭar/ n.	'Ramasamy Gounder - a personal name' (mas.)
ராமன்	/ra:man/ n.	'Raman - a personal name' (mas.)
ராமு	/ra:mu/ n.	'Ramu - a personal name' (mas.)
ராஜன்னா	/ra:janna:/ n.	'Rajanna - a personal name' (mas.)
ராஜா$_1$	/ra:ja:/ n.	'king'
ராஜா$_2$	/ra:ja:/ n.	'Raja - a personal name' (mas.)
ருசி	/ruci/ n.	'taste'
ரூபாய்	/ru:pa:y/ n.	'rupee'
ரொட்டி	/roṭṭi/ n.	'bread/biscuit'
	வ V	
வகுப்பு	/vakuppu/ n.	'class'
வகை	/vakai/ n.	'kind, type'
வசதி	/vacati/ n.	'facility'
வசனம்	/vacanam/ n.	'dialogue'
வடக்கு	/vaṭakku/ n.	'north'
வடை	/vaṭai/ n.	'cutlet like snack made of lentil'

W.Ta. Item	W.Ta. Item (in phonemic script)	Meaning(s)
வண்டி	/vaṇṭi/ n.	'vchicle' (car)
வணக்கம்	/vaṇakkam/ n.	'a term of greeting/good wishes'
வந்துசேர்	/vaṉtu ce:r/ v.intr.	'reach'
வயது	/vayatu/ n.	'age'
வயதுப் பிரிவு	/vayatup pirivu/ n.	'age group'
வரலாறு	/varala:ṟu/ n.	'history'
வரவேறு	/varave:ṟu/ v.tr.	'welcome/receive'
வரவேற்புரை	/varave:ṟpurai/ n.	'welcome address/speech'
வருகை	/varukai/ n.	'visit'
வருடம்	/varuṭam/ n.	'year'
வருத்தம்	/varuttam/ n.	'regret/grievance'
வருஷம்	/varušam/ n.	'year'
வழங்கு	/vaḻaṅku/ v.tr.	'distribute'
வழி	/vaḻi/ n.	'way, path'
வழிவகு	/vaḻi vaku/ v.intr.	'pave the way'
வளம்	/vaḷam/ n.	'prosperity'
வளர்	/vaḷar/ v.intr.	'grow'
வள்ளி	/vaḷḷi/ n.	'Valli - a personal name' (fem.)
வா	/va:/ v.intr.	'come'
வாங்கிக் கொள்	/va:ṅkikkoḷ/ v.intr.	'get/receive'
வாங்கு	/va:ṅku/ v.tr.	'buy'
வாசி	/va:ci/ v.tr.	'play' (as in musical instrument)
வாத்திய இசை	/va:ttiya icai/ n.	'instrumental music'

W.Ta. Item	W.Ta. Item (in phonemic script)	Meaning(s)
வாய்ப்பாட்டு	/va:yppa:ṭṭu/ n.	'vocal music'
வாய்ப்பு	/va:yppu/ n.	'opportunity'
வாரம்	/va:ram/ n.	'week'
வாழ்	/va:l̲/ v.intr.	'live'
வாழைப்பழம்	va:l̲aippal̲am/ n.	'banana'
விசேஷம்	/vice:šam/ n.	'speciality'
விடுதலை	/viṭutalai/ n.	'freedom, independence'
விடுதி	/viṭuti/ n.	'hostel'
விடுமுறை	/viṭumur̲ai/ n.	'vacation'
விண்ணப்பம்	/viṇṇappam/ n.	'application'
விருது	/virutu/ n.	'award/title'
விருந்தகம்	/virun̲takam/ n.	'guest house'
விருந்து	/virun̲tu/ n.	'feast/dinner'
விருப்பம்	/viruppam/ n.	'liking/desire'
விரும்பு	/virumpu/ v.tr.	'desire/like'
விரைவு	/viraivu/ n.	'speed, fastness'
விவசாயம்	/vivaca:yam/ n.	'farming'
விழா	/vil̲a:/ n.	'celebration/festival'
விளக்கு	/viḷakku/ v.tr.	'explain/describe'
விளங்கு	/viḷaṅku/ v.intr.	'be understood'
விஷயம்	/višayam/ n.	'matter, news'
வீடு	/vi:ṭu/ n.	'home'
வீணை	/vi:ṇai/ n.	'a classical seven-stringed musical instrument with a gourd-like part'
வெளி	/veḷi/ part.	'out/outside'

W.Ta. Item	W.Ta. Item (in phonemic script)	Meaning(s)
வெளியிடு	/veḷiyiṭu/ v.tr.	'publish'
வெளியே	/veḷiye:/ part.	'out/outside'
வேகம்	/ve:kam/ n.	'speed'
வேண்டுகோள்	/ve:ṇṭuko:ḷ/ n.	'request'
வேண்டும்	/ve:ṇṭum/ fv.	'(is) needed'
வேலை	/ve:lai/ n.	'work'
வேறு	/ve:ṟu/ part.	'different/else'
வேற்றுமை	/ve:ṟṟumai/ n.	'difference'
வை	/vai/ v.tr.	'keep, place'
வைத்துக்கொள்	/vaittukkoḷ/ v.tr.	'take care of, look after'
	ட ṭ	
டிக்கட்	/ṭikkaṭ/ n.	'ticket'
டிரைவர்	/ṭiraivar/ n.	'driver'
டீ	/ṭi:/ n.	'tea'
	ஜ j	
ஜனங்க(ள்)	/ja:naṅka(ḷ)/ n.	'people'
ஜான்	/ja:n/ n.	'John - a personal name' (mas.)
ஜூலை	/ju:lai/ n.	'July'
ஜோராக	/jo:ra:ka/ adv.	'well'
	ஹ h	
ஹோட்டல்	/ho:ṭṭal/ n.	'hotel, restaurant'

LIST OF REFERENCES

Agesthialingom, S. (1967). *A Generative Grammar of Tamil,* Annamalai University: Annamalainagar.

(1983). *Colliyal - Peyariyal,* AITLA:Annamalainagar.

(1984). *Colliyal - Vinaiyiyal,* AITLA: Annamalainagar.

Agesthialingom, S. and Shanmugam, S.V. (1970). *Descriptive Grammar of Tamil Inscriptions,* Annamalai University: Annamalainagar.

Andronov, M. (1969). *A Standard Grammar of Modern and Classical Tamil.* The NCBH (P) Ltd.: Madras.

Annamalai, E. (1980). *The "JIM and RAJA' Conversations,* Tamil Language Study Series (Mimeo), Evanston: Illinois.

(2000). *Modern Tamil*, Bharathiar University: Coimbatore.

Arden, A.H. (1962). *A Progressive Grammar of Common Tamil,* The CLS: Madras.

Asher, R.E. (1969). "The Verb in Spoken Tamil', *In Memory of J.R. Firth* (ed.) Longmans: London.

Asher, R.E. (1985). *Tamil* (Croom Helm Descriptive Grammars). Routledge: London.

Asher, R.E. and Radhakrishnan, R. (1971). *A Tamil Prose Reader*, CUP: London.

Jean Lawrence, S. and Renganathan, D. (1988). ***Hand Book Tamil (An Auto Instructional Course)***, IITS: Madras.

Jothimuthu, P. (1965). ***A Guide to Tamil*** (By the Direct Method), The CLS: Madras.

Karunakaran, K. (1971). ***A Descriptive Grammar of the Kollimalai Tamil Dialect***, Annamalai University: Annamalainagar.

(1978). ***Social Dialects in Tamil***, AITLA: Annamalainagar.

(1982). ***Sociolinguistic Patterns of Language Use in Tamil***, AITLA: Annamalainagar.

Karunakaran, K. and Jeya, V. (1997). ***Mozhiyiyal***, Kumaran Publishers: Chennai.

Karunakaran, K. et al(eds.) (1990) ***Tamil Karpittal - Putiya Aṇukumuṟaikaḷ***, TSEF: Tirupur.

Kothandaraman, P. (1975). ***A Course in Modern Standard Tamil***, IITS: Madras.

(1977). ***The Verb in Modern Tamil***, Pulamai Publications: Madras.

Kumaraswami Raja, N. and Dorasamy, K. (1966). ***Conversational Tamil***, Annamalai University: Annamalainagar.

Muthu-Kannappan, T. (1994). ***Nalla Tamizh Arivom***, Gangai Puttaka Nilaiyam: Chennai.

Nadaraja Pillai, N. (1986). ***A Guide for Advanced Learners of Tamil***, CIIL: Mysore.

Nadaraja Pillai, N. and Vimala, S. (1976). ***Error Analysis in Tamil,*** CIIL: Mysore.

Pattanayak, D.P. et al. (1974). ***Advanced Tamil Reader Part-I,*** CIIL: Mysore.

Rajaram, S. (1979). ***An Intensive Course in Tamil,*** CIIL: Mysore.

Rajaram, S. (1990). ***A Pedagogical Tamil - English Dictionary,*** Tamil University: Thanjavur.

Samraj, S. (1972). ***Tamil (Tamil as a Second Language) Vol.1*** National Academy of Administration: Mussoorie.

Schiffman, H. (1979). ***A Grammar of Spoken Tamil,*** The CLS: Madras.

Shankaranarayanan, G. (1994). ***A Programmed Course in Tamil,*** CIIL: Mysore.

Shanmugam, S.V. (1987). ***Collilakkaṇakko:ṭpa:tukaḷ*** AITLA: Annamalainagar.

Shanmugam Pillai, M. (1960). 'Tamil-Literary and Colloquial', ***IJAL*** 26.3: 27-42.

Shanmugam Pillai, M. (1965). ***Spoken Tamil Part-I***, Annamalai University: Annamalainagar.

(1968). ***Spoken Tamil Part-II***, Annamalai University: Annamalainagar.

Subramoniam, V.I. and Veeraswamy, T.V. (1973). ***Tamil: An Intensive Course,*** National Research Publishing Company: Trivandrum.

Thirumalai, M.S. (1973). ***Tamil Karpittal Allatu Mozhi Karpittal,*** Manivasagar Nulagam: Chidambaram.

(1975). ***Learning Theories,*** CIIL: Mysore.

Tholkappiyar. (1962). ***Tholkappiyam - Eluttatikaram: Naccinarkkiniyam,*** Kazhaga Veliyeedu: Chennai.

Vellaivaranan, K. (1960). ***Tolkappiyam - Nannul Oppi:ṭu,*** Annamalai University: Annamalainagar.